ਮਸੀਹੀ ਵਿਸ਼ਵਾਸ ਬਾਰੇ ਛੋਟੀ ਪ੍ਰਸ਼ਨੋਤਰੀ

ਮਾਰਟਿਨ ਲੂਥਰ

by
Martin Luther

ISBN 978-1-960840-15-8

Cover and interior design by Vijay Kumar

S A L M

SouthAsiaLutheranMission.com

ਵਿਸ਼ਾ-ਸੂਚੀ

ਡਾ. ਮਾਰਟਿਨ ਲੂਥਰ ਦੀ ਭੂਮਿਕਾ

ਸਭ ਵਿਸ਼ਵਾਸ਼ੀ, ਪਵਿੱਤਰ ਪੈਰਿਸ਼ ਪਾਦਰੀ ਤੇ ਪ੍ਰਚਾਰਕਾਂ ਨੂੰ ਪ੍ਰਭੂ ਯਿਸੂ ਮਸੀਹ ਜਿਹੜਾ ਸਾਡਾ ਪ੍ਰਭੂ ਹੈ ਉਸਦੀ ਕਿਰਪਾ ਦਇਆ ਤੇ ਸ਼ਾਂਤੀ ਦੀ ਬੰਦਨਾ ਕਰਦੇ ਹਨ।

ਮੈਂ ਜਦੋਂ ਆਪਣੇ ਕੁੱਝ ਚਿਰ ਪਿੱਛੇ ਕੀਤੇ ਦੌਰਿਆਂ ਦੌਰਾਨ ਵੇਖਿਆ ਕਿ ਹਾਲਤ ਬਹੁਤ ਦੁਖਦਾਈ ਤੇ ਨਿਰਾਸ਼ਾਜਨਕ ਹੈ। ਇਸ ਲਈ ਮੈਂ ਇਹ ਪ੍ਰਸ਼ਨੋਤਰੀ ਜਿਹੜੀ ਮਸੀਹੀ ਸਿਧਾਂਤ ਸੰਖੇਪ ਰੂਪ ਵਿੱਚ ਤਿਆਰ ਕਰਕੇ ਇਸ ਨੂੰ ਛੋਟੇ, ਸਾਦੇ ਤੇ ਸਰਲ ਰੂਪ ਵਿੱਚ ਪ੍ਰਕਾਸ਼ਿਤ ਕਰਵਾਉਣ ਲਈ ਮਜਬੂਰ ਹੋਇਆ। ਪਿਆਰੇ ਸਰਬਸ਼ਕਤੀਮਾਨ ਪਰਮੇਸ਼ਵਰ ਮੇਰੀ ਮਦਦ ਕਰੋ। ਬਹੁਤ ਵੱਡੀ ਮੰਦੀ ਦਸ਼ਾ ਵੇਖੀ! ਆਮ ਆਦਮੀ ਖਾਸ ਕਰਕੇ ਦਿਹਾਤੀ ਇਲਾਕਿਆਂ ਵਿੱਚ ਰਹਿਣ ਵਾਲੇ ਵਿਅਕਤੀ ਨੂੰ ਮਸੀਹੀ ਸਿਧਾਂਤ ਬਾਰੇ ਕੋਈ ਗਿਆਨ ਹੀ ਨਹੀਂ ਹੈ, ਬਦਕਿਸਮਤੀ ਨਾਲ਼ ਬਹੁਤ ਸਾਰੇ ਪਾਦਰੀ ਪੂਰੀ ਤਰ੍ਹਾਂ ਆਯੋਗ ਤੇ ਅਸਮਰੱਥ ਹਨ ਕਿ ਕਿੱਦਾਂ ਸਿੱਖਿਆ ਦਿੱਤੀ ਜਾਵੇ। ਇਹ ਸਭ ਕੁੱਝ ਦੱਸਦਿਆਂ ਵੀ ਸ਼ਰਮ ਆਉਂਦੀ ਹੈ। ਫਿਰ ਵੀ ਉਹ ਮਸੀਹੀ ਅਖਵਾਉਂਦੇ ਹਨ, ਉਨ੍ਹਾਂ ਨੇ ਬਪਤਿਸਮਾ ਵੀ ਲਿਆ ਹੋਇਆ ਹੈ ਤੇ ਉਹ ਅਸ਼ਾਇ ਰੱਬਾਈ ਵੀ ਲੈਂਦੇ ਹਨ; ਭਾਵੇਂ ਉਨ੍ਹਾਂ ਨੂੰ ਸਭ ਦੇ ਅਰਥ ਪਤਾ ਨਹੀਂ ਅਤੇ ਪ੍ਰਭੂ ਦੀ ਪ੍ਰਾਰਥਨਾ, ਰਸੂਲਾਂ ਦਾ ਅਕੀਦਾ, ਜਾਂ ਦਸ ਹੁਕਮਾਂ ਨੂੰ ਬੋਲ ਨਹੀਂ ਸਕਦੇ। ਸੰਖੇਪ ਵਿੱਚ ਇਹ ਵੀ ਆਖਿਆ ਜਾ ਸਕਦਾ ਹੈ ਕਿ ਉਨ੍ਹਾਂ ਦੇ ਜੀਵਨ ਜੰਗਲੀ ਜਾਨਵਰਾਂ ਤੋਂ ਕੋਈ ਵੱਖਰੇ ਨਹੀਂ ਹਨ; ਅਤੇ ਹੁਣ ਸੁਸਮਾਚਾਰ ਆ ਗਿਆ ਹੈ, ਉਨ੍ਹਾਂ ਨੇ ਸਾਰੀ ਮਸੀਹੀ ਅਜਾਦੀ ਨੂੰ ਬੁਰਾ-ਭਲਾ ਆਖਣ ਦੀ ਕਲਾ ਤੇ ਮੁਹਾਰਤ ਹਾਸਲ ਕਰ ਲਈ ਹੈ।

ਤੁਸੀਂ ਸਾਰੇ ਬਿਸ਼ਪ ਸਾਹਿਬਾਨ, ਯਿਸੂ ਮਸੀਹ ਸਾਹਮਣੇ ਕੀ ਜਵਾਬ ਦੇਵੋਗੇ ਜੇ ਤੁਸੀਂ ਤਾਂ ਲੋਕਾਂ ਨੂੰ ਸ਼ਰਮਨਾਕ ਢੰਗ ਨਾਲ਼ ਇੰਨਾ ਅੱਖੋਂ ਪਰੋਖੇ ਕੀਤਾ, ਉਨ੍ਹਾਂ ਨੂੰ ਐਵੇਂ ਇੱਧਰ-ਉੱਧਰ ਭਟਕਣ ਦਿੱਤਾ, ਅਤੇ ਤੁਸੀਂ ਕਦੇ ਇੱਕ ਵੀ ਛਿਣ ਆਪਣਾ ਕਰਤੱਵ, ਜੋ ਪ੍ਰਭੂ ਨੇ ਤੁਹਾਡੇ ਜਿਮੇਂ ਸੀ ਪੂਰਾ ਨਹੀਂ ਕੀਤਾ। ਸਗੋਂ ਉਹ ਸਭ ਜੋ ਤੁਹਾਡੇ ਅਧਿਕਾਰ ਚ ਸੀ ਉਸ ਤੋਂ ਇਲਾਵਾ ਉਹ ਸਭ ਕੀਤਾ। ਤੁਸੀਂ ਆਪਣੇ ਅਹੁਦੇ ਨੂੰ ਸਹੀ ਤਰ੍ਹਾਂ ਨਹੀਂ ਨਿਭਾਇਆ। ਮਸੀਹੀ ਧਰਮ ਦੀ ਬਰਬਾਦੀ ਤੇ ਦੁਰਦਸ਼ਾ ਦਾ ਜਿੰਮਾ ਕੇਵਲ ਤੁਹਾਡੇ ਉਤੇ ਹੀ ਹੈ। ਮੈ ਇਹ ਆਸ ਕਰਦਾ ਹਾਂ ਇਹਦਾ ਮਾੜਾ ਫਲ ਤੁਹਾਨੂੰ ਨਾ ਮਿਲੇ ਰੱਬ ਕਰਕੇ ਤੁਹਾਡੇ ਉਤੇ ਆਫ਼ਤ ਨਾ ਆਵੇ। ਕੀ ਇਹ ਸਭ ਤੋਂ ਬੇਜ਼ਿਤੀ ਤੇ ਬੇਸ਼ਰਮੀ ਨਹੀਂ ਕੇ ਤੁਸੀਂ ਇਹ ਵੀ ਨਹੀਂ ਜਾਣ

ਦੇ ਕੇ ਲੋਕਾਂ ਨੂੰ ਪ੍ਰਭੂ ਦੀ ਪ੍ਰਾਰਥਨਾ ਮਸੀਹੀ ਸਿਧਾਂਤ , ਦਸ ਹੁਕਮ ਜਾ ਪਰਮੇਸ਼ਵਰ ਦੇ ਸ਼ਬਦਾਂ ਦਾ ਕੋਈ ਹਿੱਸਾ ਵੀ ਨਹੀਂ ਆਉਂਦਾ: ਇਸਦੀ ਤੁਹਾਨੂੰ ਕੋਈ ਪਰਵਾਹ ਨਹੀਂ।ਹਾਇ, ਤੁਹਾਡੇ ਉੱਤੇ ਹਾਇ।

ਇਸੇ ਲਈ, ਮੈਂ ਤੁਹਾਨੂੰ ਸਭਨਾ ਨੂੰ ਪਰਮੇਸ਼ਵਰ ਲਈ ਇਹ ਬੇਨਤੀ ਕਰਦਾ ਹਾਂ, ਮੇਰੇ ਸਤਿਕਾਰਯੋਗ ਜੀਓ ਤੇ ਭਰਾਵੋ, ਜੋਂ ਪਾਦਰੀ ਜਾ ਪਰਚਾਰਕ ਹਨ, ਤੁਸੀ ਸਾਰੇ ਤਹਿ - ਦਿਲੋ ਖੁਦ ਨੂੰ, ਆਪਣੇ ਅਹੁਦਿਆਂ ਨੂੰ ਸਮਰਪਿਤ ਕਰ ਦੇਵੋ, ਓਸ ਮਸੀਹੀ ਸੰਗਤ 'ਤੇ ਤਰਸ ਕਰੋ ਜੋ ਤੁਹਾਡੇ ਸਹਾਰੇ ਬੈਠੀ ਹੋਈ ਹੈ। ਇਹ ਮਸੀਹੀ ਪ੍ਰਸ਼ਨੋਤਰੀ ਸੰਗਤ, ਖਾਸ ਤੌਰ ਨਾਲ ਨੌਜਵਾਨਾਂ ਤੱਕ ਪਹੁੰਚਾਉਣ ਵਿੱਚ ਸਾਡੀ ਮਦਦ ਕਰੋ। ਜੇ ਤੁਹਾਡੇ ਚੋ ਕਿਸੇ ਨੂੰ ਇਹਨਾਂ ਮਾਮਲਿਆਂ ਬਾਰੇ ਕੋਈ ਜਾਣਕਾਰੀ ਨਹੀਂ ਹੈ , ਤਾਂ ਇਹ ਸੂਚੀਆਂ ਤੇ ਫਾਰਮ ਲੈਣ 'ਚ ਕੋਈ ਸ਼ਰਮ ਨਾ ਕਰੋ ਅਤੇ ਇਸ ਮਸੀਹੀ ਪ੍ਰਸ਼ਨੋਤਰੀ ਦਾ ਇੱਕ-ਇੱਕ ਸ਼ਬਦ ਲੋਕਾਂ ਤੱਕ ਪਹੁੰਚਾ ਕੇ ਓਹਨਾਂ ਨੂੰ ਇਥੇ ਹੇਠਾਂ ਦਿੱਤੇ ਅਨੁਸਾਰ ਪ੍ਰਭਾਵਿਤ ਕਰੋ।

ਸਭ ਤੋਂ ਪਹਿਲੀ ਗੱਲ ਤਾਂ ਇਹ ਹੈ ਕਿ ਪਰਚਾਰਕ ਦਸ ਹੁਕਮਾਂ, ਪ੍ਰਭੂ ਦੀ ਦੁਆ, ਮਸੀਹੀ ਸਿਧਾਂਤ ਅਤੇ ਸਾਰੀਆਂ ਪਵਿੱਤਰ ਰੀਤਾਂ ਬਾਰੇ ਵੱਖੋ-ਵੱਖਰੀਆਂ ਕਿਤਾਬਾਂ (ਕਿਸਮਾਂ ਜਾਂ ਅਨੁਵਾਦ) ਦੀ ਵਰਤੋਂ ਕਰਨ ਤੋਂ ਪਰਹੇਜ਼ ਕਰਨ ਅਤੇ ਇੱਕ ਹੀ ਕਿਸਮ ਦੀ ਕਿਤਾਬ ਤੇ ਹੀ ਆਪਣੀ ਟੇਕ ਰੱਖਣ। ਓਹ ਹਰ ਸਮੇਂ , ਸਾਲ ਦਰ ਸਾਲ ਉਸੇ ਇੱਕੋ ਇਬਾਰਤ (ਟੈਕਸਟ) ਉਤੇ ਜੋਰ ਦੇਣ। ਮੈ ਤੁਹਾਨੂੰ ਇਹ ਸਲਾਹ ਇਸ ਲਈ ਦੇ ਰਿਹਾ ਹਾ ਕਿਉਂਕਿ ਮੈਨੂੰ ਪਤਾ ਹੈ ਕਿ ਨੌਜਵਾਨਾਂ ਤੇ ਆਮ ਸੰਗਤ ਨੂੰ ਇਕੋ ਜਿਹੀਆਂ ਨਿਥਾਰਿਤ ਪੁਸਤਕਾਂ ਤੇ ਕਿਸਮਾਂ ਨਾਲ ਹੀ ਸਮਝਾਉਣਾ ਚਾਹੀਦਾ ਹੈ: ਨਹੀਂ ਤਾਂ ਉਹ ਬਹੁਤ ਛੇਤੀ ਭੰਬਲਭੂਸੇ 'ਚ ਪੈ ਜਾਂਦੇ ਹਨ - ਜਦੋਂ ਅਧਿਆਪਕ ਉਹਨਾਂ ਨੂੰ ਕਿਸੇ ਵੇਲੇ ਤਾਂ ਹੋਰ ਢੰਗ ਨਾਲ ਸਮਝਾਉਂਦਾ ਹੈ ਤੇ ਹੋਰ ਸਮੇਂ ਓਹ ਕਿਸੇ ਹੋਰ ਇਬਾਰਤ ਨਾਲ ਉਸੇ ਗੱਲ ਨੂੰ ਸਮਝਾਉਂਦਾ ਹੈ। ਤਦ ਉਹ ਭਾਵੇਂ ਕਿੰਨਾ ਵੀ ਸੁਧਾਰ ਕਰਨ ਦੀ ਖਾਹਿਸ਼ ਮਨ ਵਿੱਚ ਰੱਖੇ ਪਰ ਉਸ ਦੇ ਸਾਰੇ ਜਤਨਾਂ ਤੇ ਮਿਹਨਤ 'ਤੇ ਪਾਣੀ ਫਿਰ ਜਾਂਦਾ ਹੈ।

ਸਾਡੇ ਪੁਰਖੇ ਇਸ ਗੱਲ ਤੋਂ ਭਲੀ ਭਾਂਤ ਵਾਕਿਫ ਸਨ, ਇਸੇ ਲਈ ਓਹਨਾਂ ਪ੍ਰਭੂ ਦੀ ਦੁਆ ਹਮੇਸ਼ਾ ਤੋਂ ਇਕੋ ਤਰੀਕੇ ਨਾਲ ਪੜ੍ਹੀ। ਇੰਝ ਹੀ ਉਨ੍ਹਾਂ ਮਸੀਹੀ ਸਿਧਾਤਾਂ ਤੇ ਦਸ ਹੁਕਮਾਂ ਨੂੰ ਰਟਿਆ ਅਤੇ ਓਹਨਾਂ ਉਤੇ ਚੱਲੇ। ਇਸੇ ਲਈ ਸਾਨੂੰ ਵੀ ਉਹਨਾਂ ਦੀ ਸੂਝ ਬੂਝ ਵਰਤਣੀ ਚਾਹੀਦੀ ਹੈ ਅਤੇ ਥੋੜ੍ਹੀ ਮਿਹਨਤ ਕਰਕੇ ਨੌਜਵਾਨਾਂ ਤੇਂ ਆਮ ਸੰਗਤ ਨੂੰ ਇਹ ਸਾਰੇ ਹਿੱਸੇ, ਬਿਨਾਂ ਇਹਨਾਂ ਦੀ ਸ਼ਬਦਾਵਲੀ ਬਦਲਿਆਂ ਇੱਕੋ ਤਰੀਕੇ ਨਾਲ ਸਮਝਾਉਣ ਅਤੇ ਕਦੇ ਵੀ ਕੋਈ ਇਬਾਰਤ ਨਹੀਂ ਬਦਲਨੀ। ਇੰਝ ਨਹੀਂ ਕੇ ਅੱਜ ਤੁਸੀਂ ਇਸ ਪ੍ਰਸ਼ਨੋਤਰੀ ਨੂੰ ਕਿੰਨੀ ਵਾਰ ਸਮਝਾ ਚੁੱਕੇ ਹੋ - ਭਾਵ ਇਸ ਬਾਰੇ ਵਾਰ-ਵਾਰ ਸੰਗਤ ਨੂੰ ਸਮਝਾਓ।

ਜਿਹੜੀ ਵੀ ਕਿਸਮ ਤੁਹਾਨੂੰ ਚੰਗੀ ਲੱਗੇ, ਓਸੀ ਤਰ੍ਹਾਂ ਅੱਗੇ ਵਧੋ ਪਰ ਜਦੋਂ ਤੁਸੀਂ ਸਮਝਦਾਰ ਤੇ ਸੂਝਵਾਨ ਵਿਅਕਤੀਆਂ ਅੱਗੇ ਪ੍ਰਚਾਰ ਕਰਦੇ ਹੋਵੋਂ, ਤਾਂ ਤੁਸੀਂ ਆਪਣੇ ਹਰ ਤਰ੍ਹਾਂ ਦੇ ਹੁਨਰ ਵਿਖਾ ਸਕਦੇ ਹੋ ਅਤੇ ਤੁਸੀਂ ਇਸ ਦੇ ਹਿੱਸੇ ਕੁਝ ਵੱਖਰੇ ਤੇ ਗੁੰਝਲਦਾਰ ਤਰੀਕੇ ਨਾਲ ਵੀ ਸਮਝਾਂ ਸਕਦੇ ਹੋ ਅਤੇ ਇੰਝ ਕਰਦਿਆਂ ਤੁਸੀ ਆਪਣੀ ਯੋਗਤਾ ਨਾਲ ਹਰ ਤਰ੍ਹਾਂ ਦਾ ਮੋੜ ਦੇ ਸਕਦੇ ਹੋ। ਪਰੰਤੂ ਜਦੋਂ ਨੌਜਵਾਨਾਂ ਨੂੰ ਇਹ ਸਭ ਸਮਝਾਉਣ ਦੀ ਵਾਰੀ ਆਵੇ ਤਾਂ ਸਦਾ ਸਿਰਫ਼ ਇੱਕੋ ਤਰੀਕਾ ਤੇ ਵਿਧੀ ਅਪਣਾਉ। ਇੰਝ ਹੀ ਅੱਗੇ ਵਧੋ, ਸਿਰਫ਼ ਇੱਥੇ ਲਿਖੀ ਇਬਾਰਤ ਮੁਤਾਬਕ, ਹਰੇਕ ਸ਼ਬਦ ਉੱਤੇ ਗੌਰ ਕਰੋ, ਤਾਂ ਜੋ ਉਹ ਵੀ ਉਸ ਤਰੀਕੇ ਤੁਹਾਡੇ ਪਿੱਛੇ ਦੁਹਰਾਉਣ ਤੇ ਉਨ੍ਹਾਂ ਨੂੰ ਮੂੰਹ- ਜ਼ੁਬਾਨੀ ਚੇਤੇ ਹੋ ਜਾਵੇ।

ਪਰ ਜਿਹੜੇ ਇਸ ਨੂੰ ਸਿੱਖਣਾ ਨਹੀਂ ਚਾਹੁੰਦੇ, ਉਨ੍ਹਾਂ ਨੂੰ ਸਪੱਸ਼ਟ ਦੱਸ ਦੇਵੋ ਕਿ ਉਹ ਯਿਸੂ ਮਸੀਹ ਨੂੰ ਮੰਨਣ ਤੋਂ ਇਨਕਾਰੀ ਹੋ ਰਹੇ ਹਨ ਤੇ ਉਹ ਮਸੀਹੀ ਨਹੀਂ ਹਨ। ਉਨ੍ਹਾਂ ਨੂੰ ਕਿਸੇ ਪਵਿੱਤਰ ਰੀਤੀਆਂ, ਅਸ਼ਾਇ-ਰੱਬਾਨੀ 'ਚ ਸ਼ਾਮਲ ਨਾ ਕਰੋ, ਉਨ੍ਹਾਂ ਦੇ ਕਹਿਣ ਤੇ ਕਿਸੇ ਨੂੰ ਬਪਤਿਸਮਾ ਨਾ ਦੇਵੋ, ਉਨ੍ਹਾਂ ਤੇ ਮਸੀਹੀ ਆਜ਼ਾਦੀ ਦੇ ਕਿਸੇ ਭਾਗ ਦੀ ਵਰਤੋਂ ਨਾ ਕਰੋ। ਬੱਸ ਉਨ੍ਹਾਂ ਨੂੰ ਸਿੱਧੇ ਪੋਪ ਤੇ ਉਨ੍ਹਾਂ ਦੇ ਅਧਿਕਾਰੀਆਂ ਕੋਲ ਭੇਜ ਦੇਵੋ ਅਤੇ ਫਿਰ ਉਹ ਆਪਣੇ-ਆਪ ਸ਼ੈਤਾਨ ਕੋਲ ਚਲੇ ਜਾਣਗੇ। ਇਸ ਤੋਂ ਇਲਾਵਾ ਉਨ੍ਹਾਂ ਦੇ ਮਾਪੇ ਤੇ ਉਨ੍ਹਾਂ ਦੇ ਰੁਜ਼ਗਾਰ ਦਾਤਿਆਂ ਨੂੰ ਵੀ ਉਨ੍ਹਾਂ ਨੂੰ ਖਾਣਾ-ਪੀਣਾ ਦੇਣ ਤੋਂ ਇਨਕਾਰ ਕਰ ਦੇਣਾ ਚਾਹੀਦਾ ਹੈ ਅਤੇ ਉਨ੍ਹਾਂ ਨੂੰ ਇਹ ਵੀ ਸਮਝਾਉ ਕਿ ਸ਼ਹਿਜ਼ਾਦਾ ਅਜਿਹੇ ਅੱਖੜ ਲੋਕਾਂ ਨੂੰ ਦੇਸ਼ ਤੋਂ ਬਾਹਰ ਕੱਢ ਦੇਵੇਗਾ। ਭਾਵੇ ਅਸੀਂ ਕਿਸੇ ਤੇ ਵਿਸ਼ਵਾਸ ਕਰਨ ਲਈ ਜ਼ੋਰ ਨਹੀਂ ਪਾ ਸਕਦੇ ਤੇ ਅਜਿਹਾ ਕਰਨਾ ਵੀ ਨਹੀਂ ਚਾਹੀਦਾ ਪਰ ਅਸੀਂ ਅਜਿਹੇ ਲੋਕਾਂ ਉੱਤੇ ਜ਼ੋਰ ਪਾ ਕੇ ਘੱਟੋ-ਘੱਟ ਉਨ੍ਹਾਂ ਨੂੰ ਇਹ ਤਾਂ ਦੱਸ ਹੀ ਸਕਦੇ ਹਾਂ ਕਿ ਕੀ ਠੀਕ ਹੈ ਤੇ ਕੀ ਗ਼ਲਤ, ਜਿਹੜਾ ਇਥੇ ਰਹਿ ਕੇ ਆਪਣੀ ਰੋਜ਼ੀ-ਰੋਟੀ ਚੱਲਦੀ ਰੱਖਣਾ ਚਾਹੁੰਦੇ ਹਨ। ਜਿਹੜਾ ਵੀ ਵਿਅਕਤੀ ਕਿਸੇ ਸ਼ਹਿਰ ਜਾਂ ਕਸਬੇ 'ਚ ਰਹਿਣਾ ਚਾਹੀਦਾ ਹੈ, ਉਸ ਨੂੰ ਉੱਥੋਂ ਦੇ ਨਿਯਮਾਂ ਬਾਰੇ ਜਾਣਕਾਰੀ ਵੀ ਹੋਣੀ ਚਾਹੀਦੀ ਹੈ ਤੇ ਉਹ ਉਨ੍ਹਾਂ 'ਤੇ ਚੱਲਦਾ ਵੀ ਹੋਣਾ ਚਾਹੀਦਾ ਹੈ, ਜੇ ਉਸ ਨੇ ਉੱਥੇ ਸੁਰੱਖਿਅਤ ਰਹਿਣਾ ਹੈ, ਉਹ ਭਾਵੇ ਵਿਸ਼ਵਾਸੀ ਹੋਵੇ ਜਾਂ ਗੁਪਤ ਤਰੀਕੇ ਵਿਸ਼ਵਾਸ ਪ੍ਰਗਟਾਉਣਾ ਚਾਹੁੰਦਾ ਹੋਵੇ ਤੇ ਭਾਵੇਂ ਉਸ ਦਾ ਚੋਰੀ-ਛਿਪੇ ਠੱਗੀਆਂ ਮਾਰਨਾ ਤੇ ਧੋਖਾਧੜੀਆਂ ਕਰਨਾ ਹੀ ਕਿਉਂ ਨਾ ਹੋਵੇ।

ਦੂਜੀ ਗੱਲ, ਜਦੋ ਉਹ ਇਹ ਸਾਰੀ ਇਬਾਰਤ ਚੰਗੀ ਤਰ੍ਹਾਂ ਸਿਖ ਲੈਣ, ਤਾਂ ਉਨ੍ਹਾਂ ਨੂੰ ਇਸ ਦੇ ਅਰਥ ਵੀ ਸਮਝਾਉ, ਤਾਂ ਜੋ ਉਨ੍ਹਾਂ ਨੂੰ ਇਹ ਪਤਾ ਲੱਗ ਸਕੇ ਕਿ ਆਖਰ ਇਹ ਸਭ ਦਾ ਮਤਲਬ ਕੀ ਹੈ। ਫਿਰ ਉਨ੍ਹਾਂ ਨੂੰ ਇਨ੍ਹਾਂ ਟੇਬਲਾਂ ਦੀ ਕਿਸਮ ਆਪਣੀ ਮਰਜ਼ੀ ਦੇ ਮੁਤਾਬਕ ਚੁਣ ਲੈਣੀ ਚਾਹੀਦੀ ਹੈ ਜਾਂ ਇੱਕੋ ਜਿਹੀ ਵਿਧੀ ਅਪਨਾਉਣੀ ਚਾਹੀਦੀ ਹੈ ਅਤੇ ਫਿਰ ਉਸੇ ਨੂੰ ਹੀ ਸਦਾ ਵਰਤਣਾ ਚਾਹੀਦਾ ਹੈ ਕਿ ਇੱਕ ਵੀ ਅੱਖਰ ਜਾਂ ਲਾਈਨ ਨੂੰ ਕਦੇ

ਵੀ ਨਾ ਬਦਲੋ। ਸਭ ਕੁੱਝ ਉਵੇਂ ਹੀ ਰੱਖੋ, ਜਿਵੇਂ ਕਿ ਇੱਥੇ ਲਿਖ ਕੇ ਸਮਝਾਇਆ ਗਿਆ ਹੈ ਤੇ ਉਸ ਨੂੰ ਸਮਝਨ ਵਿੱਚ ਜਿੰਨਾ ਮਰਜ਼ੀ ਸਮਾਂ ਲਾਉ। ਤੁਹਾਨੂੰ ਸਾਰੇ ਹਿੱਸੇ ਇਕੋ ਵਾਰੀ 'ਚ ਪੜ੍ਹਾਉਣ ਜਾਂ ਸਮਝਾਉਣ ਦੀ ਜ਼ਰੂਰਤ ਨਹੀਂ ਹੈ। ਤੁਸੀਂ ਉਨ੍ਹਾਂ ਨੂੰ ਵਾਰੀ ਵਾਰੀ ਸਿਰ ਹੀ ਸਮਝਾਉਣਾ ਹੈ। ਜਦੋਂ ਉਹ ਪਹਿਲੇ ਹੁਕਮ ਨੂੰ ਚੰਗੀ ਤਰ੍ਹਾਂ ਸਮਝ ਲੈਣ, ਤਦ ਹੀ ਦੂਜੇ 'ਤੇ ਜਾਉ। ਨਹੀਂ ਤਾਂ ਉਹ ਉਲਝ ਕੇ ਰਹਿ ਜਾਣਗੇ ਤੇ ਉਨ੍ਹਾਂ ਨੂੰ ਵਧੀਆ ਤਰੀਕੇ ਕੁਝ ਵੀ ਚੇਤੇ ਨਹੀਂ ਰਹੇਗਾ।

ਤੀਜੀ ਗੱਲ, ਜਦੋਂ ਤੁਸੀਂ ਇਸ ਮਸੀਹੀ ਸਿਧਾਂਤਾਂ ਬਾਰੇ ਇਹ ਛੋਟੀ ਪ੍ਰਸ਼ਨੋਤਰੀ ਪੜ੍ਹਾ ਹਟੋ, ਤਦ ਵੱਡੀ ਪ੍ਰਸ਼ਨੋਤਰੀ ਸ਼ੁਰੂ ਕਰੋ ਅਤੇ ਉਨ੍ਹਾਂ ਨੂੰ ਵੱਧ ਤੋਂ ਵੱਧ ਅਤੇ ਮੁਕੰਮਲ ਗਿਆਨ ਦਿੰਦੇ ਚਲੇ ਜਾਉ। ਤਦ ਤੁਸੀਂ ਹਰੇਕ ਹੁਕਮ, ਲੇਖ, ਬੇਨਤੀ ਤੇ ਵੱਖੋ-ਵੱਖਰੇ ਕੰਮਾਂ ਦੇ ਹਿੱਸਿਆਂ ਬਾਰੇ ਪੂਰੇ ਵਿਸਥਾਰ ਨਾਲ ਸਮਝਾਉਗੇ। ਤੁਸੀਂ ਇਨ੍ਹਾਂ ਦੇ ਨਫ਼ੇ ਨੁਕਸਾਨ, ਲੱਗ ਸਕਣ ਵਾਲੀਆਂ ਸੱਟਾਂ ਬਾਰੇ ਸਮਝਾਓਗੇ। ਜਿਉਂ ਜਿਉਂ ਤੁਸੀ ਪੜ੍ਹਦੇ ਜਾਓਗੇ, ਤਾਂ ਪਾਓਗੇ ਕਿ ਇਨ੍ਹਾਂ ਮਾਮਲਿਆਂ ਬਾਰੇ ਕਿਤਾਬਾਂ ਵਿਚ ਬਹੁਤ ਕੁਝ ਵਰਨਣ ਕੀਤਾ ਗਿਆ ਹੈ। ਤੁਸੀਂ ਖ਼ਾਸ ਤੌਰ 'ਤੇ ਇਸ ਗੱਲ ਉੱਪਰ ਜ਼ੋਰ ਦੇਵੋ ਕਿਸ ਹੁਕਮ ਜਾਂ ਕਿਹੜੇ ਹਿੱਸੇ ਨੂੰ ਤੁਹਾਡੀ ਮਸੀਹੀ ਸੰਗਤ ਅੱਖੋ ਪ੍ਰੋਖੇ ਕਰ ਰਹੀ ਹੈ। ਉਦਾਹਰਣ ਵਜੋਂ, ਸੱਤਵੇਂ ਹੁਕਮ 'ਚ ਚੋਰੀ ਨੂੰ ਵਰਜਿਆ ਗਿਆ ਹੈ। ਆਪਣੀ ਮਸੀਹੀ ਸੰਗਤ 'ਚੋ ਤੁਸੀਂ ਮਕੈਨਿਕ, ਵਪਾਰੀਆਂ, ਕਿਸਾਨਾਂ ਤੇ ਸੇਵਕਾਂ ਨੂੰ ਸਮਝਾਓ ਕਿ ਉਨ੍ਹਾਂ ਦੇ ਰੋਜ਼ਮਰਾ ਦੇ ਕੰਮ ਕਾਜ ਵਿਚ ਕੋਈ ਛੋਟੀ ਮੋਟੀ ਵੀ ਚੋਰੀ ਜਾਂ ਬੇਈਮਾਨੀ ਹੁੰਦੀ ਹੈ, ਤਾਂ ਉਹ ਉਸ ਨੂੰ ਬੰਦ ਕਰ ਦੇਣ। ਇੰਝ ਹੀ ਤੁਸੀ ਬੱਚਿਆਂ ਤੇ ਆਮ ਸੰਗਤ ਨੂੰ ਚੌਥੇ ਹੁਕਮ ਬਾਰੇ ਸਮਝਾ ਸਕਦੇ ਹੋ ਕਿ ਉਹ ਘੱਟ ਬੋਲਣ ਵਾਲੇ, ਵਿਸ਼ਵਾਸਪਾਤਰ, ਆਗਿਆਕਾਰੀ, ਅਮਨ ਪਸੰਦ ਬਣਨ। ਤੁਹਾਨੂੰ ਸਦਾ ਬਾਈਬਲ ਦੀਆਂ ਵੱਖੋ-ਵੱਖਰੀਆਂ ਪੁਸਤਕਾਂ 'ਚ ਬਹੁਤ ਸਾਰੀਆਂ ਮਿਸਾਲਾਂ ਦੇਣੀਆਂ ਚਾਹੀਦੀਆਂ ਹਨ ਕਿ ਜਿਨ੍ਹਾਂ ਨੇ ਇਨ੍ਹਾਂ ਹੁਕਮਾਂ ਦੀ ਪਾਲਣਾ ਨਹੀਂ ਕੀਤੀ, ਪ੍ਰਭੂ ਪਰਮੇਸ਼ਵਰ ਨੇ ਉਨ੍ਹਾਂ ਨੂੰ ਕਿਵੇਂ ਸਜ਼ਾਵਾਂ ਦਿੱਤੀਆਂ ਅਤੇ ਜਿਨ੍ਹਾਂ ਨੇ ਇਨ੍ਹਾਂ ਦੀ ਪੂਰੀ ਪਾਲਣਾ ਕੀਤੀ, ਉਨ੍ਹਾਂ ਉੱਤੇ ਰੱਬ ਦੀ ਵੱਡੀ ਮਿਹਰ ਹੋਈ ਤੇ ਕਿਵੇ ਖ਼ੁਸ਼ਹਾਲ ਹੋਏ।

ਤੁਹਾਨੂੰ ਖ਼ਾਸ ਤੌਰ 'ਤੇ ਮੈਜਿਸਟ੍ਰੇਟਾ ਤੇ ਮਾਪਿਆਂ ਨੂੰ ਬੇਨਤੀ ਕਰਨੀ ਚਾਹੀਦੀ ਹੈ ਕਿ ਉਹ ਆਪਣਾ ਹੁਕਮ ਵਧੀਆ ਢੰਗ ਨਾਲ ਹੀ ਚਲਾਉਣ ਅਤੇ ਆਪਣੇ ਬੱਚੇ ਸਕੂਲ ਭੇਜਣ। ਉਨ੍ਹਾਂ ਨੂੰ ਇਹ ਦੱਸੋ ਕਿ ਤੁਹਾਡੇ ਲਈ ਇੰਝ ਕਰਨ ਦਾ ਫਰਜ਼ ਕਿਉਂ ਹੈ ' ਤੇ ਇਸ ਤਰ੍ਹਾਂ ਨਾ ਕਰਨਾ ਕਿਉ ਇਕ ਨਿੰਦਨਯੋਗ ਗੁਨਾਹ ਹੈ। ਇਦਾ ਨ ਕਰਨ ਦਾ ਉਨ੍ਹਾਂ ਨੂੰ ਕੀ ਲਾਹਾ ਮਿਲੇਗਾ। ਦਰਅਸਲ ਉਨ੍ਹਾਂ ਦੀ ਅਜਿਹੀ ਲਾਪਰਵਾਹੀ ਕਾਰਨ ਨਾ ਤਾਂ ਪਰਮੇਸ਼ਵਰ ਦੇ ਰਾਜ ਨੂੰ ਤਬਾਹ ਕਰਦੇ ਹਨ, ਸਗੋ ਇਸ ਸੰਸਾਰਕ ਹਕੂਮਤਾਂ ਨੂੰ ਵੀ ਢਾਹਦੇ ਹਨ ਇੰਝ ਉਹ ਪ੍ਰਭੂ ਅਤੇ ਆਮ ਮਨੁੱਖਾ ਦੋਵਾਂ ਦੇ ਜਾਨੀ ਦੁਸ਼ਮਣਾ ਵਾਂਗ ਕੰਮ

ਕਰਦੇ ਹਨ। ਉਨ੍ਹਾਂ ਨੂੰ ਇਹ ਵੀ ਬਿਲਕੁਲ ਸਪੱਸ਼ਟ ਕਰ ਦੇਵੋ ਕਿ ਉਹ ਕਿੰਨਾ ਖਤਰਨਾਕ ਨੁਕਸਾਨ ਕਰ ਰਹੇ ਹਨ, ਜੇ ਉਹ ਆਪਣੇ ਬੱਚਿਆਂ ਨੂੰ ਪਾਦਰੀ, ਪ੍ਰਚਾਰਕ, ਸਕੱਤਰ ਜਿਹੇ ਅਹੁਦਿਆਂ ਲਈ ਸਿਖਲਾਈ ਲੈਣ ਵਿੱਚ ਮਦਦ ਨਹੀ ਕਰਦੇ। ਪਰਮੇਸ਼ਵਰ ਇਸ ਲਈ ਉਨ੍ਹਾਂ ਨੂੰ ਬਹੁਤ ਵੱਡੀ ਸਜ਼ਾ ਦੇਣਗੇ। ਅਸਲ 'ਚ ਅਜਿਹਾ ਪ੍ਰਚਾਰ ਕਰਨ ਦੀ ਲੋੜ ਹੈ। ਈਮਾਨਦਾਰਾਨਾ ਗੱਲ ਇਹ ਹੈ ਕਿ ਮੈਂ ਇਸ ਤੋਂ ਵੱਧ ਅਹਿਮ ਹੋਰ ਕੋਈ ਵਿਸ਼ਾ ਜਾਣਦਾ ਵੀ ਨਹੀ। ਮਾਪੇ ਤੇ ਮੈਜਿਸਟ੍ਰੇਟ ਹੁਣ ਇਸ ਸੰਬੰਧੀ ਚੁਪ ਰਹਿ ਕੇ ਗੁਨਾਹ ਕਰ ਰਹੇ ਹਨ। ਇਨ੍ਹਾਂ ਹੀ ਗੱਲਾਂ ਕਰਕੇ ਸ਼ੈਤਾਨ ਵੀ ਜ਼ਾਲਮਾਨਾ ਸਾਜ਼ਿਸ਼ਾਂ ਰਚ ਰਿਹਾ ਹੈ।

ਆਖ਼ਰੀ ਗੱਲ, ਹੁਣ ਜਦੋਂ ਪੋਪ ਦੀ ਤਾਨਾਸ਼ਾਹੀ ਖ਼ਤਮ ਹੋ ਚੁੱਕੀ ਹੈ, ਲੋਕ ਹੁਣ ਮਸੀਹੀ ਅਸ਼ਾਇ-ਰੱਬਾਨੀ ਵੱਲ ਹੋਰ ਜਾਣਾ ਹੀ ਨਹੀ ਚਾਹ ਰਹੇ ਅਤੇ ਉਹ ਇਸ ਨੂੰ ਫਿਜ਼ੂਲ ਤੇ ਬੇਲੋੜੀਆਂ ਆਖ ਨਫ਼ਰਤ ਕਰਨ ਲਗ ਪਏ ਹਨ। ਇੱਥੇ ਮੈਂ ਇੱਕ ਵਾਰ ਫਿਰ ਉਨ੍ਹਾਂ ਨੂੰ ਬੇਨਤੀ ਕਰ ਦੇਵਾਂ ਤੇ ਇਹ ਸਮਝਾ ਦੇਵਾਂ ਕਿ ਅਸੀਂ ਕਿਸੇ ਤੇ ਵਿਸ਼ਵਾਸ ਕਰਨ ਲਈ ਜ਼ੋਰ ਨਹੀ ਪਾਉਣਾ, ਅਸ਼ਾਇ-ਰੱਬਾਨੀ ਜਾ ਬਪਤਿਸਮਾ ਲੈਣ ਲਈ ਵੀ ਮਜਬੂਰ ਨਹੀਂ ਕਰਨਾ, ਨਾ ਕਿਸੇ ਕਾਨੂੰਨੀ ਸਜ਼ਾ ਦੀ ਗੱਲ ਕਰਨੀ ਹੈ ਤੇ ਨਾ ਕੋਈ ਸਮਾਂ ਦੇਣਾ ਹੈ ਤੇ ਨਾ ਹੀ ਇਸ ਲਈ ਕੋਈ ਜਗ੍ਹਾ ਹੀ ਦੱਸਣੀ ਹੈ ਪਰ ਪ੍ਰਚਾਰ ਹੀ ਕੁਝ ਅਜਿਹਾ ਤਰੀਕੇ ਨਾਲ ਕਰਨਾ ਹੈ ਕਿ ਆਪਣੀ ਖ਼ੁਦ ਦੀ ਮਰਜ਼ੀ ਨਾਲ, ਸਾਡੇ ਕਾਨੂੰਨ ਦਾ ਦਬਾਅ ਪਾਏ ਬਗ਼ੈਰ ਖ਼ੁਦ ਨੂੰ ਆਖਣ ਤੇ ਪਾਦਰੀ ਸਾਹਿਬਾਨ ਨੂੰ ਮਸੀਹੀ ਧਾਰਮਿਕ ਰੀਤਾਂ ਕਰਨ ਲਈ ਮਜਬੂਰ ਕਰਨ।

ਇਹ ਸਭ ਉਹਨਾਂ ਨੂੰ ਇਹ ਦੱਸੇ 'ਤੇ ਹੀ ਹੋਣਾ ਹੈ ਕਿ ਜੇ ਕੋਈ ਵਿਅਕਤੀ ਇੱਕ ਸਾਲ ਵਿੱਚ ਘੱਟੋ-ਘੱਟ ਚਾਰ ਵਾਰ ਅਸਾਇ-ਰੱਬਾਨੀ ਵਿੱਚ ਭਾਗ ਲੈਣ ਦੀ ਇਛਾ ਜਾਹਿਰ ਨਹੀਂ ਕਰਦਾ, ਇਸ ਗੱਲ ਦਾ ਡਰ ਹੈਕਿ ਉਹ ਇਸ ਰੀਤ ਨੂੰ ਘਟੀਆ ਜਾਂ ਤੁੱਝ ਸਮਝਦਾਂ ਹੈ ਤਾਂ ਉਹ ਮਸੀਹੀ ਨਹੀਂ ਰਿਹਾ: ਬਿਲਕੁਲ ਉਵੇਂ ਜਿਵੇਂ ਉਹ ਮਸੀਹੀ ਸੁਸਮਾਚਾਰ ਤੇ ਵਿਸ਼ਵਾਸ ਨਹੀਂ ਕਰਦਾ ਤੇ ਨਾ ਹੀ ਉਹ ਬਚਨ ਸੁਣਦਾ ਹੈ। ਕਿਉਂਕਿ ਯਿਸੂ ਮਸੀਹ ਨੇ ਇਹ ਨਹੀਂ ਕਿਹਾ 'ਇਹ ਛੱਡੋ: ਜਾ ਇਹ ਨਿੰਦਯੋਗ' ਸਗੋ ਇਹ ਆਖਿਆ ,"ਜਦੋਂ ਕਦੇ ਤੁਸੀ ਇਹ ਨੂੰ ਖਾਓ, ਤੇ ਪੀਓ ਤਾਂ ਇਹ ਮੇਰੀ ਮੌਤ ਦੀ ਯਾਦ 'ਚ ਕਰਿਆ ਕਰੋ।" ਸੱਚਾਈ ਇਹ ਹੈ ਕਿ ਉਹ ਚਾਹੁੰਦਾ ਹੈ ਕਿ ਅਜਿਹਾ ਹੀ ਕੀਤਾ ਜਾਣਾ ਚਾਹੀਦਾ ਹੈ ਤੇ ਪੂਰੀ ਤਰ੍ਹਾਂ ਅੱਖੋ - ਪ੍ਰੋਖੇ ਨਿੰਦਿਆ ਨਹੀਂ ਜਾਣਾ ਚਾਹੀਦਾ। ਪ੍ਰਭੂ ਆਖਦੇ ਹਨ, 'ਇਹ ਕਰੋ।'

ਹੁਣ ਜਿਹੜਾ ਵਿਅਕਤੀ ਵੀ ਇਸ ਅਸਾਇ-ਰੱਬਾਨੀ ਦੀ ਉੱਚ ਪਾਏ ਦੀ ਕਦਰ ਨਹੀਂ ਪਾਉਂਦਾ, ਤਾਂ ਉਸ ਤੋਂ ਏਹੋ ਜਾਹਿਰ ਹੁੰਦਾ ਹੈ ਕੇ ਉਹ ਪਾਪ, ਸਰੀਰ, ਸ਼ੈਤਾਨ, ਇਸ ਸੰਸਾਰ , ਮੌਤ,ਖਤਰੇ, ਨਰਕ ਆਦਿ ਕਿਸੇ ਨੂੰ ਨਹੀਂ ਮੰਨਦਾ ਤੇ ਓਸਨੂੰ ਅਜਿਹੀਆਂ ਚੀਜ਼ਾਂ ਵਿੱਚ

ਕੋਈ ਭਰੋਸਾ ਨਹੀਂ ਹੈ। ਭਾਂਵੇ ਇਹ ਓਸ ਵਿੱਚ ਹਨ- ਸ਼ੈਤਾਨ ਸਿਰ ਅਤੇ ਕੰਨਾਂ ਤੇ ਹੈ ਅਤੇ ਉਹ ਦੁੱਗਣਾ ਸ਼ੈਤਾਨ ਹੈ। ਇਸ ਦੇ ਨਾਲ ਹੀ ਉਸ ਨੂੰ ਕਿਸੇ ਰੱਬੀ ਮਿਹਰ,ਜ਼ਿੰਦਗੀ, ਸੁਰਗ, ਯਿਸੂ ਮਸੀਹ, ਪਿਤਾ ਪਰਮੇਸ਼ਵਰ ਅਤੇ ਕਿਸੇ ਵੀ ਚੰਗੀ ਚੀਜ਼ ਦੀ ਜ਼ਰੂਰਤ ਨਹੀਂ ਹੈ। ਕਿਉਂਕਿ ਉਸਨੇ ਇਹ ਵਿਸ਼ਵਾਸ ਕੀਤਾ ਕੇ ਓਸ ਵਿੱਚ ਇਨੀ ਜਿਆਦਾ ਬੁਰਾਈ ਹੈ ਅਤੇ ਉਸ ਨੂੰ ਬਹੁਤ ਜਿਆਦਾ ਚੰਗਿਆਈ ਦੀ ਲੋੜ ਹੈ: ਤਾਂ ਉਹ ਅਸ਼ਾਇ - ਰੱਬਾਨੀ ਨੂੰ ਔਖੇ ਪਰੋਖੇ ਨਹੀਂ ਕਰੇਗਾ ਕਿਉਂਕਿ ਓਹਨਾਂ ਨਾਲ ਹੀ ਬੁਰਾਈ ਦਾ ਇਲਾਜ਼ ਹੋਣਾ ਹੈ ਅਤੇ ਬਹੁਤ ਜਿਆਦਾ ਚੰਗਿਆਈ ਓਸਨੂੰ ਬਖਸ਼ੀ ਜਾਵੇਗੀ। ਓਸਨੂੰ ਨਾ ਤਾਂ ਜਬਰਦਸਤੀ ਅਸਾਇ - ਰੱਬਾਨੀ ਵੱਲ ਲਿਜਾਣ ਦੀ ਲੋੜ ਹੈ ਤੇ ਨਾ ਹੀ ਕਿਸੇ ਕਾਨੂੰਨ ਰਾਹੀਂ ਅਜਿਹਾ ਕਰਨਾ ਚਾਹੀਦਾ ਹੈ: ਸਗੋ ਓਹ ਤਾਂ ਆਪੋ ਖੁਸ਼ੀ ਨਾਲ ਭੱਜਿਆ - ਨਸਿਆ ਆਵੇਗਾ ਤੇ ਤੁਹਾਨੂੰ ਬੇਨਤੀ ਕਰੇਗਾ ਕੇ ਉਸਨੂੰ ਅਸਾਇ - ਰੱਬਾਨੀ ਦੇਵੋ।

ਇਸ ਲਈ ਤੁਹਾਨੂੰ ਇਸ ਸਬੰਧੀ ਕੋਈ ਕਾਨੂੰਨ ਕਿਸੇ ਹਾਲਤ ਚ ਨਹੀਂ ਬਣਾਉਣਾ ਹੋਵੇਗਾ, ਜਿਵੇਂ ਕੇ ਪੋਪ ਕਰਦੇ ਹਨ। ਸਿਰਫ ਇਹ ਸਪੱਸ਼ਟ ਕਰਕੇ ਦਸੋ ਕੇ ਕਿਹੜੀ ਗੱਲ ਚ ਨਫਾ ਹੈ ਤੇ ਕਿਹੜੀ ਚੀਜ਼ ਦੀ ਜਰੂਰਤ ਹੈਂ ਤੇ ਕੇ ਵਰਤਨਾ ਚਾਹੀਦਾ ਹੈ, ਕਿੱਥੋਂ ਖਤਰਾ ਹੈ ਤੇ ਕਿੱਥੋਂ ਅਸ਼ੀਰਵਾਦ ਮਿਲੇਗਾ। ਓਹ ਆਪੋ ਅਸਾਇ - ਰੱਬਾਨੀ ਨਾਲ ਜੁੜਨਗੇ ਤੇ ਤੁਹਾਨੂੰ ਇਸ ਗੱਲ ਲਈ ਉਹਨਾਂ ਨੂੰ ਮਜਬੂਰ ਕਰਨ ਦੀ ਜ਼ਰੂਰਤ ਨਹੀਂ ਹੋਵੇਗੀ। ਪਰ ਜੇ ਉਹ ਨਹੀਂ ਆਉਂਦੇ, ਤਾਂ ਉਹਨਾਂ ਨੂੰ ਜਾਣ ਦੇਵੋ ਪਰ ਉਨ੍ਹਾਂ ਨੂੰ ਇਹ ਦਸ ਦੇਵੋ ਅਜਿਹੀਆਂ ਗੱਲਾਂ ਸ਼ੈਤਾਨ ਨਾਲ ਜੁੜੀਆਂ ਹੋਈਆਂ ਹਨ ਅਤੇ ਓਹਨਾਂ ਦੀ ਬਹੁਤੀ ਕਦਰ ਨਾ ਕਰੋ ਤੇ ਨਾ ਹੀ ਓਹਨਾਂ ਦੀ ਕੋਈ ਜ਼ਰੂਰਤ ਮਹਿਸੂਸ ਕਰੋ। ਪਰਮੇਸ਼ਵਰ ਦੀ ਮਿਹਰ ਤੁਹਾਡੀ ਮਦਦ ਕਰੇਗੀ। ਪਰ ਜੇਂ ਤੁਸੀ ਇਹ ਸਭ ਨਹੀਂ ਦੱਸਦੇ ਜਾ ਕਾਨੂੰਨ ਬਣਾ ਦਿੰਦੇ ਹੋ ਜਾ ਇਸ ਨੂੰ ਇਕ ਲਾਹਨਤ ਬਣਾ ਦਿੰਦੇ ਹੋ, ਤਾਂ ਇਹ ਤੁਹਾਡੀ ਗਲਤੀ ਹੋਵੇਗੀ ਜੇਂ ਉਹ ਪਵਿੱਤਰ ਅਸਾਇ - ਰੱਬਾਨੀ ਦੀ ਨਖੇਦੀ ਕਰਦੇ ਹਨ। ਜੇਂ ਤੁਸੀ ਸੁਸਤ ਤੇ ਚੁੱਪ ਬੈਠੇ ਹੋ ਤਾਂ ਉਹ ਸੁਸਤ ਕਿਉ ਨਹੀ ਬਣਨਗੇ ? ਇਸ ਲਈ ਤੁਸੀ ਸਾਰੇ ਪਾਸਟਰ ਤੇ ਪ੍ਰਚਾਰਕ ਸਾਹਿਬਾਨ ਇਸ ਸਭ ਤੇ ਗੌਰ ਕਰੋ। ਸਾਡਾ ਅਹੁਦਾ ਪੋਪ ਤੋਂ ਕੁਝ ਵੱਖਰਾ ਹੋ ਗਿਆ ਹੈ ਉਹ ਹੁਣ ਗੰਭੀਰ ਤੇ ਲਾਹੇਵੰਦ ਹੋ ਗਿਆ ਹੈ। ਹੁਣ ਇਸ ਵਿੱਚ ਵਧੇਰੇ ਮੁਸੀਬਤ ਤੇ ਮਿਹਨਤ, ਖਤਰੇ ਤੇ ਇਮਤਿਹਾਨ ਆਉਣ ਵਾਲੇ ਹਨ। ਉਂਝ ਵੀ ਇਸ ਨੂੰ ਸੰਸਾਰ ਚ ਕੋਈ ਇਨਾਮ ਤੇ ਸ਼ੁਕਰਗੁਜ਼ਾਰੀ ਨਹੀਂ ਮਿਲਨੀ। ਪਰ ਸਾਡਾ ਇਨਾਮ ਮਸੀਹ ਖ਼ੁਦ ਹੋਵੇਗਾ ਜੇ ਅਸੀਂ ਪੂਰੀ ਵਫਾਦਾਰੀ ਨਾਲ ਮਿਹਨਤ ਕਰਾਗੇ। ਹੁਣ ਅਜਿਹੇ ਮੁਕਾਮ ਤੇ ਪਿਤਾ ਪਰਮੇਸ਼ਵਰ ਦੀ ਰਹਿਮਤ ਸਾਡੇ ਸਭਨਾ ਤੇ ਹੋਵੇ ਅਤੇ ਪ੍ਰਭੂ ਯਿਸੂ ਮਸੀਹ ਦੀ ਸਤੂਤੀ ਤੇ ਧੰਨਵਾਦ ਸਦਾ ਲਈ ਹੁੰਦਾ ਰਹੇ, ਜੋ ਸਾਡਾ ਪ੍ਰਭੂ ਹੈ! ਆਮੀਨ

I

ਦਸ ਹੁਕਮ

ਘਰ ਦੇ ਮੁਖੀ ਨੂੰ ਆਪਣੇ ਪਰਿਵਾਰ ਨੂੰ ਕਿਵੇਂ ਬਹੁਤ ਸਰਲ ਤਰੀਕੇ ਨਾਲ ਸਮਝਾਉਣਾ ਚਾਹੀਦਾ ਹੈ।

ਪਹਿਲਾ ਹੁਕਮ

ਮੈ ਯਹੋਵਾ, ਤੇਰਾ ਪਰਮੇਸ਼ਵਰ ਹਾਂ ਮੇਰੇ ਸਨਮੁਖ ਤੇਰੇ ਲਈ ਦੂਜੇ ਦੇਵਤਾ ਦੀ ਉਪਾਸਨਾ ਨਹੀਂ ਕਰਨੀ।

ਪ੍ਰਸ਼ਨ: ਇਸਦਾ ਕੀ ਮਤਲਬ ਹੈ ?

ਉੱਤਰ: ਸਾਨੂੰ ਹੋਰ ਸਾਰੀਆਂ ਚੀਜਾਂ ਨਾਲੋਂ ਵੱਧਕੇ ਪਰਮੇਸ਼ਵਰ ਤੋਂ ਡਰਨਾ, ਉਸਨੂੰ ਪਿਆਰ ਕਰਨਾ ਤੇ ਸਦਾ ਉਸ ਤੇ ਭਰੋਸਾ ਕਰਨਾ ਚਾਹੀਦਾ ਹੈ।

ਦੂਜਾ ਹੁਕਮ

ਤੂੰ ਯਹੋਵਾ ਆਪਣੇ ਪਰਮੇਸ਼ਵਰ ਦਾ ਨਾਮ ਵਿਅਰਥ ਨਾ ਲੈ।

ਪ੍ਰਸ਼ਨ: ਇਸਦਾ ਕੀ ਮਤਲਬ ਹੈ?

ਉੱਤਰ: ਸਾਨੂੰ ਪਰਮੇਸ਼ਵਰ ਤੋਂ ਡਰਨਾ ਤੇ ਉਸਨੂੰ ਪਿਆਰ ਕਰਨਾ ਚਾਹੀਦਾ ਹੈ ਤਾ ਜੋ ਅਸੀਂ ਲਾਹਨਤਾਂ ਨਾ ਪਾਈਏ ਸਗੋਂ ਹਰ ਤਕਲੀਫ ਤੇ ਜਰੂਰਤ ਪੈਣ 'ਤੇ ਉਸਦਾ ਨਾ ਲਈਏ, ਉਸ ਦੀ ਤਾਰੀਫ ਕਰੀਏ ਤੇ ਸ਼ੁਕਰਾਨਾ ਅਦਾ ਕਰੀਏ

ਤੀਜਾ ਹੁਕਮ

ਤੂੰ ਸਬਤ ਦੇ ਦਿਨ ਨੂੰ, ਪਵਿੱਤਰ ਜਾਣ ਕੇ ਚੇਤੇ ਰੱਖ।

ਪ੍ਰਸ਼ਨ: ਇਸ ਦਾ ਕੀ ਮਤਲਬ ਹੈ?

ਉੱਤਰ: ਸਾਨੂੰ ਪਰਮੇਸ਼ਵਰ ਤੋਂ ਡਰਨਾ ਤੇ ਉਸ ਨੂੰ ਪਿਆਰ ਕਰਨਾ ਚਾਹੀਦਾ ਹੈ ਤਾਂ ਜੋ ਅਸੀਂ ਮਸੀਹੀ ਪ੍ਰਚਾਰ ਅਤੇ ਉਸ ਦੇ ਵਚਨ ਨੂੰ ਨਿੰਦਿਏ ਨਾ, ਸਗੋਂ ਉਸ ਨੂੰ ਮਨੀਏ ਅਤੇ ਖ਼ੁਸ਼ੀ ਨਾਲ ਉਸ ਨੂੰ ਸੁਣੀਏ ਤੇ ਸਿਖੀਏ।

ਚੌਥਾ ਹੁਕਮ

ਤੂੰ ਆਪਣੇ ਪਿਤਾ ਅਤੇ ਮਾਤਾ ਦਾ ਆਦਰ ਕਰ ਤਾਂ ਜੋ ਤੂੰ ਧਰਤੀ 'ਤੇ ਭਰਪੂਰ ਜੀਵਨ ਜੀਵੇਂ, ਤੂੰ ਤੇਰੀ ਲੰਮੀ ਉਮਰ ਜੀਵੇਂ।

ਪ੍ਰਸ਼ਨ: ਇਸ ਦਾ ਕੀ ਮਤਲਬ ਹੈ?

ਉੱਤਰ: ਅਸੀਂ ਪਰਮੇਸ਼ਵਰ ਤੋਂ ਡਰੀਏ ਅਤੇ ਉਹਨੂੰ ਪਿਆਰ ਕਰੀਏ। ਆਪਣੇ ਪਿਤਾ ਅਤੇ ਮਾਤਾ, ਅਤੇ ਆਪਣੇ ਮਾਲਕਾਂ ਨੂੰ ਨਿੰਦੀਏ ਨਾ ਜਾਂ ਉਨ੍ਹਾਂ 'ਤੇ ਗੁੱਸਾ ਕਰੀਏ, ਸਗੋਂ ਉਨ੍ਹਾਂ ਦਾ ਪੂਰਾ ਆਦਰ ਸਤਿਕਾਰ ਕਰੀਏ, ਉਨ੍ਹਾਂ ਦੇ ਹੁਕਮ ਦੀ ਪਾਲਣਾ ਕਰੀਏ ਤੇ ਉਨ੍ਹਾਂ ਨੂੰ ਪਿਆਰ ਅਤੇ ਸਤਿਕਾਰ ਨਾਲ ਰੱਖੀਏ।ਇਸ ਤਰ੍ਹਾਂ ਕਰਨ ਨਾਲ ਪਰਮੇਸ਼ਵਰ ਸਾਨੂੰ ਭਰਪੂਰ ਜੀਵਨ ਤੇ ਲੰਮੀ ਉਮਰ ਦੇਂਦਾ ਹੈ।

ਪੰਜਵਾਂ ਹੁਕਮ

ਤੂੰ ਕਤਲ ਨਾ ਕਰ।

ਪ੍ਰਸ਼ਨ: ਇਸ ਦਾ ਕੀ ਮਤਲਬ ਹੈ?

ਉ: ਸਾਨੂੰ ਆਪਣੇ ਪਰਮੇਸ਼ਵਰ ਤੋ ਡਰਨਾ ਤੇ ਉਸ ਨੂੰ ਪਿਆਰ ਕਰਨਾ ਚਾਹੀਦਾ ਹੈ ਤਾਂ ਜੋ ਅਸੀਂ ਆਪਣੇ ਗੁਆਂਢੀ ਨੂੰ ਸਰੀਰਕ ਤੌਰ ਉੱਤੇ ਕੋਈ ਨੁਕਸਾਨ ਨਾ ਪਹੁੰਚਾਈਏ ਸਗੋ ਹਰ ਤਰ੍ਹਾਂ ਦੀ ਜ਼ਰੂਰਤ ਪੈਣ 'ਤੇ ਉਹਦੀ ਸਰੀਰਕ ਲੋੜ ਨੂੰ ਪੂਰਾ ਕਰੀਏ।

ਛੇਵਾਂ ਹੁਕਮ

ਤੂੰ ਵਿਭਚਾਰ ਨਾ ਕਰ।

ਪ੍ਰਸ਼ਨ: ਇਸ ਦਾ ਕੀ ਮਤਲਬ ਹੈ?

ਉੱਤਰ: ਸਾਨੂੰ ਆਪਣੇ ਪਰਮੇਸ਼ਵਰ ਤੋ ਡਰਨਾ ਅਤੇ ਉਸ ਨੂੰ ਪਿਆਰ ਕਰਨਾ ਚਾਹੀਦਾ ਹੈ, ਤਾਂ ਜੋ ਅਸੀਂ ਵਿਭਚਾਰ ਨਾ ਕਰੀਏ। ਸਦਾ ਨੈਤਿਕ ਜੀਵਨ ਬਿਤਾਈਏ, ਕਹਿਣੀ ਤੇ ਕਰਨੀ ਉੱਤੇ ਪੂਰੇ ਉਤਰੀਏ। ਸਦਾ ਆਪਣੇ ਜੀਵਨ ਸਾਥੀ ਨਾਲ ਹੀ ਪਿਆਰ ਕਰੀਏ ਤੇ ਇਕ ਦੂਜੇ ਦਾ ਆਦਰ ਕਰੀਏ।

ਸੱਤਵਾਂ ਹੁਕਮ

ਤੂੰ ਚੋਰੀ ਨਾ ਕਰ।

ਪ੍ਰਸ਼ਨ: ਇਸ ਦਾ ਕੀ ਮਤਲਬ ਹੈ?

ਉੱਤਰ: ਸਾਨੂੰ ਆਪਣੇ ਪਰਮੇਸ਼ਵਰ ਤੋਂ ਡਰਨਾ ਅਤੇ ਉਸ ਨੂੰ ਪਿਆਰ ਕਰਨਾ ਚਾਹੀਦਾ ਹੈ, ਤਾਂ ਜੋ ਅਸੀਂ ਆਪਣੇ ਗੁਆਂਢੀ ਦਾ ਧਨ ਜਾਂ ਉਸ ਦੀਆਂ ਵਸਤਾਂ ਨਾ ਲਈਏ ਅਤੇ ਨਾ ਹੀ ਉਨ੍ਹਾਂ ਨਾਲ ਕੋਈ ਠੱਗੀ ਜਾ ਧੋਖਾਧੜੀ ਕਰੀਏ: ਸਗੋ ਉਸ ਦੀਆਂ ਵਸਤਾਂ ਤੇ ਕਾਰੋਬਾਰ ਸੁਧਾਰਨ ਤੇ ਉਸ ਨੂੰ ਵਧਾਉਣ ਵਿਚ ਮਦਦ ਕਰਿਏ। ਉਸ ਦੀ ਦੌਲਤ ਸੁਰਖਿਅਤ ਰੱਖਣ ਵਿਚ ਹਰ ਸੰਭਵ ਯੋਗਦਾਨ ਪਾਈਏ ਅਤੇ ਉਸ ਦੀ ਹਾਲਤ ਬਿਹਤਰ ਕਰੀਏ।

ਅੱਠਵਾਂ ਹੁਕਮ

ਤੂੰ ਆਪਣੇ ਗੁਆਂਢੀ ਉੱਤੇ ਝੂਠੀ ਗਵਾਹੀ ਨਾ ਦੇਹ।

ਪ੍ਰਸ਼ਨ: ਇਸ ਦਾ ਕੀ ਮਤਲਬ ਹੈ?

ਉੱਤਰ: ਸਾਨੂੰ ਆਪਣੇ ਪਰਮੇਸ਼ਵਰ ਤੋਂ ਡਰਨਾ ਅਤੇ ਉਸ ਨਾਲ ਪਿਆਰ ਕਰਨਾ ਹੈ, ਤਾਂ ਜੋ ਅਸੀਂ ਜਾਣਬੁੱਝ ਕੇ ਆਪਣੇ ਗੁਆਂਢੀ 'ਤੇ ਝੂਠੇ ਦੋਸ਼ ਨਾ ਲਾਈਏ, ਨਾ ਹੀ ਵਿਸ਼ਵਾਸਘਾਤ ਕਰੀਏ,ਨਾ ਹੀ ਉਹਨੂੰ ਬਦਨਾਮ ਕਰੀਏ, ਨਾ ਹੀ ਉਸ 'ਤੇ ਕੋਈ ਤੋਹਮਤਾਂ

ਲਾਈਏ ਸਗੋਂ ਉਸ ਨੂੰ ਸਦਾ ਬਚਾਈਏ ਤੇ ਉਸ ਦਾ ਸਦਾ ਚੰਗਾ ਹੀ ਸੋਚੀਏ ਤੇ ਬੋਲੀਏ ਅਤੇ ਸਭ ਕੁਝ ਬਿਹਤਰੀਨ ਢੰਗ ਨਾਲ ਸਮਝੀਏ ਤੇ ਪ੍ਰਗਟ ਕਰੀਏ।

ਨੌਵਾਂ ਹੁਕਮ

ਤੂੰ ਆਪਣੇ ਗੁਆਂਢੀ ਦੇ ਘਰ ਦੀ ਲਾਲਸਾ ਨਾ ਕਰ।

ਪ੍ਰਸ਼ਨ: ਇਸ ਦਾ ਕੀ ਮਤਲਬ ਹੈ?

ਉੱਤਰ: ਅਸੀਂ ਆਪਣੇ ਪਰਮੇਸ਼ਵਰ ਤੋਂ ਡਰਨਾ ਅਤੇ ਉਸ ਨੂੰ ਪਿਆਰ ਕਰਨਾ ਹੈ, ਤਾਂ ਜੋ ਅਸੀਂ ਆਪਣੇ ਗੁਆਂਢੀ ਦੀ ਵਿਰਾਸਤ ਜਾਂ ਮਕਾਨ ਨੂੰ ਕਿਸੇ ਸਾਜਿਸ਼ ਨਾਲ ਨਾ ਹਥਿਆਈਏ, ਕਿਸੇ ਵੀ ਹਾਲਤ ਵਿਚ ਅਸੀ ਇਨਸਾਫ਼ ਤੇ ਕਾਨੂੰਨੀ ਅਧਿਕਾਰ ਦੇ ਬਹਾਨੇ ਉਸ ਦੇ ਮਕਾਨ 'ਤੇ ਆਪਣਾ ਹੱਕ ਜਮਾਈਏ, ਸਗੋ ਉਸ ਦੀ ਮਦਦ ਕਰੀਏ ਤਾਂ ਜੋ ਉਸ ਦੀ ਜਾਈਦਾਦ ਜਾ ਪੂੰਜੀ ਨਾ ਘਟੇ, ਇਸ ਤਰ੍ਹਾਂ ਸਦਾ ਉਸ ਦੀ ਸੇਵਾ ਲਈ ਖੜੀਏ।

ਦਸਵਾਂ ਹੁਕਮ:

ਤੂੰ ਆਪਣੇ ਗੁਆਂਢੀ ਦੀ ਤੀਵੀਂ ਦੀ ਲਾਲਸਾ ਨਾ ਕਰ, ਨਾ ਉਸ ਦੇ (ਦਾਸ) ਨੌਕਰ ਦਾ, ਨਾ ਉਸ ਦੀ (ਦਾਸੀ) ਨੌਕਰਾਨੀ ਦੀ, ਨਾ ਉਸ ਦੇ ਬਲਦ ਦੀ, ਨਾ ਉਸਦੇ ਗਧੇ ਦੀ, ਨਾ ਕਿਸੇ ਚੀਜ਼ ਦੀ ਜਿਹੜੀ ਤੇਰੇ ਗੁਆਂਢੀ ਦੀ ਹੈ।

ਪ੍ਰਸ਼ਨ: ਇਸ ਦਾ ਕੀ ਮਤਲਬ ਹੈ?

ਉੱਤਰ: ਸਾਨੂੰ ਆਪਣੇ ਪਰਮੇਸ਼ਵਰ ਤੋਂ ਡਰਨਾ ਤੇ ਉਸ ਨੂੰ ਪਿਆਰ ਕਰਨਾ ਹੈ ਤਾਂ ਜੋ ਅਸੀਂ ਆਪਣੇ ਗੁਆਂਢੀ ਦੀ ਤੀਵੀਂ ਉਸਦੇ ਨੌਕਰਾਂ, ਜਾ ਪਸ਼ੂਆਂ ਨੂੰ ਹਾਸਲ ਕਰਨ ਲਈ ਜ਼ਬਰਦਸਤੀ ਕਰੀਏ ਨਾ ਅਗਵਾ ਕਰੀਏ ਜਾ ਉਹਨਾਂ ਨੂੰ ਕੋਈ ਲਾਲਚ ਦੇਈਏ, ਸਗੋ ਉਨ੍ਹਾ ਨੂੰ ਕਾਇਮ ਰਹਿਣ ਲਈ ਆਖੀਏ ਅਤੇ ਉਨ੍ਹਾਂ ਨੂੰ ਆਪਣਾ ਕੰਮ ਧਿਆਨ ਲਾ ਕੇ ਕਰਨ ਲਈ ਦਸੀਏ।

ਸਾਡੇ ਪਰਮੇਸ਼ਵਰ ਯਹੋਵਾ ਇਨ੍ਹਾਂ ਸਾਰੇ ਹੁਕਮਾਂ ਦਾ ਖੁਲਾਸਾ ਕਿਵੇਂ ਕਰਦੇ ਹਨ?

ਉੱਤਰ: ਕੂਚ 20:5-6: "ਮੈਂ ਯਹੋਵਾ ਪਰਮੇਸ਼ਵਰ ਅਣਖ ਵਾਲਾ ਪਰਮੇਸ਼ਵਰ ਹਾਂ ਜਿਹੜਾ ਪਿਉ ਦਾਦਿਆਂ ਦੀ ਬੁਰਿਆਈਆਂ ਨੂੰ ਬੱਚਿਆਂ ਉੱਤੇ ਆਪਣੇ ਵੈਰੀਆਂ ਦੀ ਤੀਜੀ ਅਤੇ ਚੌਥੀ ਪੀੜ੍ਹੀ ਉਤੇ ਲਿਆਉਂਦਾ ਹਾਂ। ਪਰ ਹਜ਼ਾਰਾਂ ਉਤੇ ਜਿਹੜੇ ਮੇਰੇ ਨਾਲ ਪਰੀਤ ਪਾਲਦੇ ਤੇ ਮੇਰੇ ਹੁਕਮਾਂ ਨੂੰ ਮੰਨਦੇ ਹਨ ਦਯਾ ਕਰਦਾ ਹਾਂ।"

ਪ੍ਰਸ਼ਨ: ਇਸ ਦਾ ਕੀ ਮਤਲਬ ਹੈ?

ਉੱਤਰ: ਇਨ੍ਹਾਂ ਸਾਰੇ ਹੁਕਮਾਂ ਦੀ ਉਲੰਘਣਾ ਕਰਨ ਤੇ ਉਨ੍ਹਾਂ ਨੂੰ ਮੰਨਣ ਤੋਂ ਇਨਕਾਰ ਕਰਨ ਵਾਲਿਆਂ ਨੂੰ ਪਰਮੇਸ਼ਵਰ ਸਜ਼ਾ ਦਿੰਦਾ ਹੈ। ਇਸ ਲਈ ਸਾਨੂੰ ਪਰਮੇਸ਼ਵਰ ਦੇ ਗੁੱਸੇ ਤੋਂ ਡਰਨਾ ਅਤੇ ਖੌਫ਼ ਖਾਣਾ ਚਾਹੀਦਾ ਹੈ ਅਤੇ ਇਨ੍ਹਾਂ ਹੁਕਮਾਂ ਦੇ ਉਲਟ ਕਦੇ ਕੁਝ ਨਹੀਂ ਕਰਨਾ ਚਾਹੀਦਾ ਹੈ ਪਰ ਇਨ੍ਹਾਂ ਹੁਕਮਾਂ ਦੀ ਪਾਲਣਾ ਕਰਨ ਵਾਲਿਆਂ 'ਤੇ ਮੇਹਰ ਕਰਨ ਤੇ ਹਰ ਤਰ੍ਹਾਂ ਦੀ ਅਸੀਸ ਦੇਣ ਦਾ ਵਾਅਦਾ ਵੀ ਕਰਦੇ ਹਨ। ਇਸ ਲਈ ਸਾਨੂੰ ਆਪਣੇ ਪਰਮੇਸ਼ਵਰ ਨੂੰ ਪਿਆਰ ਕਰਨਾ ਚਾਹੀਦਾ ਹੈ ਅਤੇ ਉਸ ਉੱਤੇ ਪੂਰਾ ਵਿਸ਼ਵਾਸ ਵੀ ਕਰਨਾ ਚਾਹੀਦਾ ਹੈ ਅਤੇ ਉਹਦੇ ਦਿੱਤੇ ਹੁਕਮਾਂ ਮੁਤਾਬਿਕ ਆਪਣਾ ਸਾਰਾ ਜੀਵਨ ਉਤਸ਼ਾਹ ਤੇ ਸੂਝ- ਬੂਝ ਨਾਲ ਬਿਤਾਉਣਾ ਚਾਹੀਦਾ ਹੈ

II

ਪਵਿੱਤਰ ਬਾਈਬਲ ਦੇ ਮਸੀਹੀ ਸਿਧਾਂਤ

ਘਰ ਦੇ ਮੁਖੀ ਨੂੰ ਆਪਣੇ ਪਰਿਵਾਰ ਨੂੰ ਕਿਵੇਂ ਬਹੁਤ ਸਰਲ ਤਰੀਕੇ ਨਾਲ ਸਮਝਾਣਾ ਚਾਹੀਦਾ ਹੈ ।

ਪਹਿਲੀ ਧਾਰਾ
ਸੁਰਗ ਤੇ ਧਰਤੀ ਦੀ ਰਚਨਾ

ਮੈਂ ਸਰਬਸ਼ਕਤੀਮਾਨ ਪਿਤਾ ਪਰਮੇਸ਼ਵਰ 'ਚ ਵਿਸ਼ਵਾਸ ਕਰਦਾ ਹਾਂ, ਜੋ ਸੁਰਗਾ ਤੇ ਧਰਤੀ ਦਾ ਰਚਨਹਾਰ ਹੈ ।

ਪ੍ਰਸ਼ਨ: ਇਸ ਦਾ ਕੀ ਮਤਲਬ ਹੈ?

ਉਤਰ: ਮੈ ਵਿਸ਼ਵਾਸ ਕਰਦਾ ਹਾਂ ਕਿ ਪਰਮੇਸ਼ਵਰ ਨੇ ਮੈਨੂੰ ਤੇ ਮੇਰੇ ਪਰਿਵਾਰ ਦੇ ਜੀਵਾਂ ਨੂੰ ਰਚਿਆ ਹੈ, ਪਰਮੇਸ਼ਵਰ ਨੇ ਮੈਨੂੰ ਮੇਰਾ ਸਰੀਰ ਤੇ ਆਤਮਾ, ਅੱਖਾਂ, ਤੇ ਮੇਰੇ ਹੱਥ ਪੈਰ ਤੇ ਸਰੀਰ ਦੇ ਸਭ ਅੰਗ ਦਿੱਤੇ ਹਨ ਅਤੇ ਮੈ ਪੂਰੇ ਹੋਸ਼ੋ-ਹਵਾਸ 'ਚ ਹਾਂ ਤੇ ਪੂਰੀ ਤਰਾਂ ਕਾਇਮ ਹਾਂ। ਇਸ ਤੋਂ ਇਲਾਵਾ ਪਰਮੇਸ਼ਵਰ ਨੇ ਮੈਨੂੰ ਕੱਪੜੇ, ਜੁੱਤੀਆਂ, ਖਾਣ-ਪੀਣ ਦੀਆਂ ਚੀਜ਼ਾਂ, ਮਕਾਨ ਤੇ ਹੋਰ ਸਾਰੀਆਂ ਵਸਤਾਂ ਦਿੱਤੀਆਂ ਹਨ ਅਤੇ ਮੈਨੂੰ ਸਭ ਕੁੱਝ ਬਹੁਤਾਤ ਵਿਚ ਦਿੱਤਾ ਹੈ। ਮੈਨੂੰ ਉਹ ਸਭ ਕੁੱਝ ਮਿਲਦਾ ਹੈ ਜੋ ਮੇਰੇ ਸਰੀਰ ਤੇ ਜਿੰਦਗੀ ਨੂੰ ਲੋੜੀਂਦਾ ਹੈ। ਓਹੀ ਮੈਨੂੰ ਹਰ ਤਰਾਂ ਦੇ ਖਤਰੇ ਤੋ ਹੋਣ ਤੇ ਮੈਨੂੰ ਸਹੀ ਸਲਾਮਤ ਰੱਖਦੇ ਹਨ ਅਤੇ ਹਰ ਤਰਾਂ ਦੀ ਬੁਰਾਈ ਤੋਂ ਬਚਾ ਕੇ ਰੱਖਦੇ ਹਨ। ਇਹ ਸਭ ਯਹੋਵਾਹ ਮੇਰੇ ਪਰਮੇਸ਼ਵਰ ਦੇ ਖਾਲਸ, ਪਿਤਾ-ਸਮਾਨ, ਰੂਹਾਨੀ ਤੇ ਦਿਆ ਸਦਕਾ ਹੀ ਸੰਭਵ ਹੋਇਆ ਹੈ। ਇਸ ਵਿਚ ਮੇਰਾ ਕੋਈ ਯੋਗਦਾਨ ਜਾਂ ਵਡਿਆਈ ਨਹੀਂ ਹੈ ਅਤੇ ਇਹਨਾਂ ਸਾਰੀਆਂ ਚੀਜ਼ਾਂ ਲਈ, ਮੈਨੂ ਆਪਣੇ ਪਰਮੇਸ਼ਵਰ ਦਾ ਤਹਿ-ਦਿਲੋ ਧੰਨਵਾਦ ਕਰਨਾ ਚਾਹੀਦਾ ਹੈ, ਉੱਚੀ ਅਵਾਜ ਵਿਚ ਤਾਰੀਫ ਕਰਨੀ ਚਾਹੀਦੀ ਹੈ, ਸੇਵਾ ਕਰਨੀ ਚਾਹੀਦੀ ਹੈ ਤੇ ਉਹਨਾਂ ਦਾ ਹਰੇਕ ਹੁਕਮ ਮੰਨਣਾ ਚਾਹੀਦਾ ਹੈ। ਯਕੀਨੀ ਤੌਰ ਤੇ ਇਹ ਬਿਲਕੁਲ ਸੱਚ ਹੈ।

ਦੂਜੀ ਧਾਰਾ
ਪਾਪਾਂ ਜਾਂ ਗੁਨਾਹਾਂ ਤੋਂ ਮੁਕਤੀ

ਸਾਡੇ ਯੋਹਵਾ ਪਰਮੇਸ਼ਵਰ ਦਾ ਇਕਲੌਤਾ ਪੁੱਤਰ ਜੋ ਯਿਸੂ ਮਸੀਹ ਸਾਡਾ ਪ੍ਰਭੂ ਹੈ। ਪਵਿੱਤਰ ਆਤਮਾ ਹੀ ਕੁਆਰੀ ਮਰੀਅਮ ਦੀ ਕੁੱਖੋਂ ਪੈਦਾ ਹੋਇਆ। ਉਸਨੇ ਪੋਤਯੁਸ਼ ਪਿਲਾਤੂਸ ਦੇ ਰਾਜ ਦੌਰਾਨ ਦੁੱਖ ਸਹਿਣ ਕੀਤਾ, ਸਲੀਬ ਤੇ ਟੰਗਿਆ ਗਿਆ, ਮਰ ਗਿਆ, ਦਫ਼ਨਾਇਆ ਗਿਆ। ਨਰਕ ਤੱਕ ਨੀਵੇਂ ਉਤਰਿਆ ਤੀਸਰੇ ਦਿਨ ਉਹ ਮੁਰਦਿਆਂ ਵਿੱਚੋ ਜੀ ਉਠਿਆ। ਸਵਰਗ ਨੂੰ ਉਪਰ ਚੜ੍ਹ ਗਿਆ ਤੇ ਓਹ ਸਰਬਸ਼ਕਤੀਮਾਨ ਪਿਤਾ- ਪਰਮੇਸ਼ਵਰ ਦੇ ਸੱਜੇ ਹੱਥ ਵਿਰਾਜਮਾਨ ਹੈ। ਓਥੋਂ ਉਹ ਜਿਓਂਦਿਆਂ ਤੇ ਮੁਰਦਿਆਂ ਦਾ ਨਿਆਂ ਕਰਨ ਲਈ ਆਵੇਗਾ।

ਪ੍ਰਸਨ: ਇਸ ਦਾ ਕੀ ਮਤਲਬ ਹੈ।

ਉੱਤਰ: ਮੈ ਵਿਸ਼ਵਾਸ ਕਰਦਾ ਹਾਂ ਕਿ ਸਾਡੇ ਸੱਚੇ ਪ੍ਰਭੂ ਯਿਸੂ ਮਸੀਹ ਸਦੀਵੀ ਪਿਤਾ ਪਰਮੇਸ਼ਵਰ ਦੇ ਇਕਲੌਤੇ ਪੁੱਤਰ ਜੋ ਸਾਡੇ ਵਾਂਗ ਇਕ ਸੱਚਾ ਮਨੁੱਖ, ਜੋ ਸਾਡੇ ਵਰਗਾ ਹੈ, ਕੁਆਰੀ ਮਰੀਅਮ ਦੀ ਕੁੱਖੋਂ ਪੈਦਾ ਹੋਇਆ, ਓਹੀ ਮੇਰਾ ਮੁਕਤੀਦਾਤਾ ਪ੍ਰਭੂ ਹੈ। ਮੈ ਜੋ ਮਨੁੱਖ ਸੀ, ਉਸਨੇ ਹੀ ਮੈਨੂੰ ਮੌਤ ਤੇ ਸ਼ੈਤਾਨੀ ਕਾਰਿਆਂ ਤੋਂ, ਕਿਸੇ ਸੋਨੇ ਜਾ ਚਾਂਦੀ ਨਾਲ ਨਹੀਂ, ਸਗੋਂ ਆਪਣੇ ਪਵਿੱਤਰ ਤੇ ਕੀਮਤੀ ਲਹੂ ਨਾਲ ਬਚਾਇਆ। ਉਸਨੇ ਸਾਡੇ ਲਈ ਦੁੱਖ ਝਲੇ ਤੇ ਸਾਡੇ ਲਈ ਸਲੀਬ 'ਤੇ ਜਾਨ ਦਿੱਤੀ ਤਾਂ ਜੋ ਮੈਂ ਉਸ ਦੇ ਰਾਜ ਦੇ ਸਦੀਪਕ ਧਰਮ, ਮਾਸੂਮੀਅਤ ਵਿਚ ਰਹਿ ਕੇ ਨੇਕ ਕੰਮ ਤੇ ਸੇਵਾ ਕਰ ਸਕਾਂ ਅਤੇ ਅਸੀਸ ਪਾਉਂਦਾ ਰਹਾਂ, ਜਿਵੇ ਉਹ ਮੁਰਦਿਆਂ ਵਿੱਚੋ ਜੀਅ ਉੱਠਿਆ ਅਤੇ ਸਵਰਗ 'ਚ ਸਦਾ ਲਈ ਵਿਰਾਜਮਾਨ ਹੈ ਤੇ ਰਾਜ ਕਰਦਾ ਹੈ। ਯਕੀਨੀ ਤੌਰ 'ਤੇ ਇਹ ਸਭ ਸੱਚ ਹੈ।

ਤੀਸਰੀ ਧਾਰਾ
ਪਵਿਤ੍ਰੀ ਕਰਣ

ਮੈ ਵਿਸ਼ਵਾਸ ਕਰਦਾ ਹਾਂ ਪਵਿੱਤਰ ਆਤਮਾ, ਪਵਿੱਤਰ ਕੈਥੋਲਿਕ ਚਰਚ, ਮਸੀਹੀ ਸੰਤਾਂ ਧਾਰਮਿਕ (ਸਭਾ) ਇਕੱਠ, ਗ਼ੁਨਾਹਾ ਦੀ ਮਾਫੀ, ਸਰੀਰ ਦੇ ਮੁੜ ਜੀਅ ਉੱਠਣ ਅਤੇ ਸਦੀਪਕ ਜੀਵਨ ਵਿੱਚ। ਆਮੀਨ।

ਪ੍ਰਸ਼ਨ: ਇਸਦਾ ਕੀ ਮਤਲਬ ਹੈ?

ਉੱਤਰ: ਮੇਰਾ ਵਿਸ਼ਵਾਸ ਹੈ ਕਿ ਮੈ ਆਪਣੇ ਪ੍ਰਭੂ ਯਿਸੂ ਮਸੀਹ ਵਿੱਚ ਵਿਸ਼ਵਾਸ ਨਹੀਂ ਕਰਨ ਲੱਗਾ ਹਾਂ, ਨਾ ਹੀ ਆਪਣੇ ਕਿਸੇ ਕਾਰਣ ਕਰਕੇ ਜਾਂ ਆਪਣੀ ਤਾਕਤ ਨਾਲ ਪ੍ਰਭੂ ਦੀ ਸਰਣ ਵਿੱਚ ਆਇਆਂ ਹਾਂ, ਸਗੋਂ ਇਹ ਪਵਿੱਤਰ ਆਤਮਾ ਹੈ ਜਿਸਨੇ ਮੈਨੂੰ ਵਚਨ ਰਾਹੀ ਸੱਦਿਆ ਹੈ ਮੈਨੂੰ ਆਪਣੇ ਤੋਹਫ਼ਿਆਂ ਨਾਲ ਜਾਗਰੂਕ ਕੀਤਾ ਤੇ ਪਵਿੱਤਰ ਕਰਕੇ ਸੱਚੇ ਵਿਸ਼ਵਾਸ ਵਿੱਚ ਕਾਇਮ ਰੱਖਿਆ। ਇਸੇ ਤਰ੍ਹਾਂ ਯਹੋਵਾ ਪਰਮੇਸ਼ਵਰ ਇਸ ਧਰਤੀ ਤੇ ਸਮੂਛੇ ਸਮੀਹੀ ਚਰਚ ਨੂੰ ਸੱਦਦੇ, ਇਕੱਠਾ ਕਰਦੇ, ਜਾਗਰੁਕ ਵਿਸ਼ਵਾਸ ਰਾਹੀ ਯਿਸੂ ਮਸੀਹ ਵਿੱਚ ਮਜਬੂਤੀ ਨਾਲ ਕਾਇਮ ਰੱਖਦਾ ਹੈ। ਇਸ ਮਸੀਹੀ ਚਰਚ ਵਿੱਚ ਉਹ ਦਿਆਲਤਾ ਨਾਲ ਮੈਨੂੰ ਤੇ ਸਾਰੇ ਵਿਸ਼ਵਾਸੀਆਂ ਨੂੰ ਹਰ ਰੋਜ਼ ਉਹਨਾਂ ਦੇ ਸਾਰੇ ਪਾਪਾ ਤੋਂ ਮਾਫ ਕਰਦਾ ਹੈ ਅਤੇ ਕਿਆਮਤ ਚ ਸਾਨੂੰ ਸਭਨਾਂ ਨੂੰ ਮੌਤ ਤੋਂ ਬਚਾ ਕਿ ਜ਼ਿੰਦਾ ਕਰੇਗਾ ਤੇ ਸਦੀਪਕ ਜੀਵਨ ਬਖਸ਼ੇਗਾ, ਜਿਹੜੇ ਯਿਸੂ ਮਸੀਹ ਵਿੱਚ ਵਿਸ਼ਵਾਸ ਰੱਖਦੇ ਹਨ। ਯਕੀਨੀ ਤੌਰ 'ਤੇ ਇਹ ਬਿਲਕੁਲ ਸੱਚ ਹੈ।

III

ਪ੍ਰਭੂ ਯਿਸੂ ਮਸੀਹ ਦੀ ਸਿਖਾਈ ਪ੍ਰਾਰਥਨਾ

ਘਰ ਦਾ ਮੁਖੀ ਆਪਣੇ ਪਰਿਵਾਰ ਨੂੰ ਬਹੁਤ ਸਾਦੇ ਢੰਗ ਨਾਲ ਇਹ ਸਮਝਾਵੇ

ਹੇ ਸਾਡੇ ਪਿਤਾ ਤੂੰ ਜੋ ਸੁਰਗ ਵਿੱਚ ਹੈ।

ਪ੍ਰਸਨ: ਇਸ ਦਾ ਕੀ ਮਤਲਬ ਹੈ?

ਉੱਤਰ: ਇਸ ਨਿੱਕੀ ਜਿਹੀ ਜਾਣ-ਪਛਾਣ ਵਿੱਚ ਪਰਮੇਸ਼ਵਰ ਪਿਆਰ ਨਾਲ ਸਾਨੂੰ ਸੱਦਦੇ ਹਨ ਤਾਂ ਜੋ ਅਸੀਂ ਈਮਾਨ ਲਿਆਈਏ ਕਿ ਉਹੀ ਸਾਡਾ ਸੱਚਾ ਪਿਤਾ ਹੈ ਅਤੇ ਅਸੀਂ ਉਸ ਦੇ ਬੱਚੇ ਹਾਂ, ਤਾਂ ਜੋ ਅਸੀ ਸੰਪੂਰਨ ਵਿਸ਼ਵਾਸ ਨਾਲ ਹੋਰ ਵਧੇਰੇ ਭਰੋਸੇ ਨਾਲ ਉਸ ਨੂੰ ਸੱਦੀਏ, ਬਿਲਕੁਲ ਉਵੇਂ, ਜਿਵੇਂ ਅਸੀ ਪਿਆਰੇ ਬੱਚਿਆਂ ਨੂੰ ਪੂਰੇ ਭਰੋਸੇ ਨਾਲ ਆਪਣੇ ਮਾਪਿਆਂ ਤੋ ਕੁਝ ਮੰਗਦਿਆਂ ਵੇਖਦੇ ਹਾਂ।

ਪਹਿਲੀ ਬੇਨਤੀ

'ਤੇਰਾ ਨਾਮ ਪਾਕ ਮੰਨਿਆ ਜਾਵੇ'

ਪ੍ਰਸਨ: ਇਸ ਦਾ ਕੀ ਮਤਲਬ ਹੈ?

ਉੱਤਰ: ਪਿਤਾ ਪਰਮੇਸ਼ਵਰ ਦਾ ਨਾਮ ਯਕੀਨੀ ਤੌਰ 'ਤੇ ਆਪਣੇ ਆਪ 'ਚ ਹੀ ਪਵਿੱਤਰ ਹੈ, ਪਰ ਇਸ ਬੇਨਤੀ 'ਚ ਅਸੀਂ ਇਹ ਪ੍ਰਾਰਥਨਾ ਕਰਦੇ ਹਾਂ ਕਿ ਪਰਮੇਸ਼ਵਰ ਦਾ ਨਾਮ ਸਾਡੇ ਸਭਨਾਂ ਵਿੱਚ ਵੀ ਪਵਿੱਤਰ ਠਹਿਰੇ।

ਪ੍ਰਸ਼ਨ: ਇਹ ਕਿਵੇਂ ਕੀਤਾ ਜਾਂਦਾ ਹੈ?

ਉੱਤਰ: ਤੇਰੀ ਮਰਜ਼ੀ ਜਿਹੀ ਸੁਰਗ ਵਿੱਚ ਪੂਰੀ ਹੁੰਦੀ ਹੈ ਜ਼ਮੀਨ ਉੱਤੇ ਵੀ ਹੋਵੇ। ਜਦੋਂ ਪਰਮੇਸ਼ਵਰ ਦਾ ਵਚਨ ਸ਼ੁੱਧਤਾ ਤੇ ਸੁਹਿਰਦਤਾ ਨਾਲ ਸਿਖਿਆ ਜਾਂਦਾ ਹੈ ਅਤੇ ਜਦੋਂ ਅਸੀ ਇਸ ਵਚਨ ਅਨੁਸਾਰ ਪਵਿੱਤਰ ਜੀਵਨ ਜਿਉਂਦੇ ਹਾਂ, ਜਿਵੇਂ ਕਿ ਪਰਮੇਸ਼ਵਰ ਦੇ ਬੱਚਿਆਂ ਨੂੰ ਕਰਨਾ ਚਾਹੀਦਾ ਹੈ। ਪ੍ਰਵਾਨ ਕਰੋ ਕਿ ਅਜਿਹਾ ਹੋਵੇ, ਸਾਡੀ ਮਦਦ ਕਰੋ, ਸਾਡੇ ਪਿਆਰੇ ਸਵਰਗੀ ਪਿਤਾ। ਪਰ ਜੇ ਕੋਈ ਪਰਮੇਸ਼ਵਰ ਦਾ ਵਚਨ ਸਿੱਖ ਕੇ ਵੀ ਉਲਟਾ ਚੱਲਦਾ ਹੈ ਤਾਂ ਸਾਡੇ ਵਿੱਚੋਂ ਉਹ ਪਰਮੇਸ਼ਵਰ ਦੇ ਨਾਮ ਨੂੰ ਅਪਵਿੱਤਰ ਕਰਦਾ ਹੈ। ਪਰ ਹੇ ਸਵਰਗੀ ਪਿਤਾ, ਅਜਿਹਾ ਨਾ ਹੀ ਹੋਵੇ, ਅਜਿਹਾ ਹੋਣ ਤੋਂ ਰੋਕੋ।

ਦੂਜੀ ਬੇਨਤੀ

ਤੇਰਾ ਰਾਜ ਆਵੇ।

ਪ੍ਰਸ਼ਨ: ਇਸ ਦਾ ਕੀ ਮਤਲਬ ਹੈ?

ਉੱਤਰ: ਪਰਮੇਸ਼ਵਰ ਦਾ ਰਾਜ ਸਾਡੀ ਪ੍ਰਾਰਥਨਾ ਤੋਂ ਬਗੈਰ ਆਪੇ ਹੀ ਆਉਂਦਾ ਹੈ, ਪਰ ਇਸ ਬੇਨਤੀ ਵਿੱਚ ਪ੍ਰਾਰਥਨਾ ਕਰਦੇ ਹਾਂ ਕਿ ਇਹ ਰਾਜ ਸਾਡੇ ਤੇ ਵੀ ਆਵੇ।

ਪ੍ਰਸ਼ਨ: ਇਹ ਕਿਵੇਂ ਹੁੰਦਾ ਹੈ?

ਉੱਤਰ: ਜਦੋਂ ਸਾਡੇ ਸਵਰਗੀ ਪਿਤਾ ਸਾਨੂੰ ਪਵਿੱਤਰ ਆਤਮਾ ਬਖ਼ਸ਼ਦੇ ਹਨ ਕਿ ਉਨ੍ਹਾਂ ਦੀ ਮਿਹਰ ਨਾਲ ਇਹ ਰਾਜ ਆਵੇ ਤੇ ਅਸੀਂ ਪਵਿੱਤਰ ਵਚਨ ਵਿੱਚ ਵਿਸ਼ਵਾਸ ਰੱਖੀਏ ਤੇ ਇੱਥੇ ਇਸ ਸਮੇਂ ਅਤੇ ਬਾਅਦ 'ਚ ਸਦੀਪਕ ਜੀਵਨ ਜਿਊਣ ਵੇਲੇ ਵੀ ਪਰਮੇਸ਼ਵਰ ਦੀ ਮਰਜ਼ੀ ਮੁਤਾਬਕ ਹੀ ਜੀਵਨ ਜੀਵੀਏ।

ਤੀਜੀ ਬੇਨਤੀ

ਤੇਰੀ ਮਰਜ਼ੀ ਜਿਹੀ ਸੁਰਗ ਵਿਚ ਪੂਰੀ ਹੁੰਦੀ ਹੈ, ਧਰਤੀ ਉੱਤੇ ਵੀ ਹੋਵੇ।

ਪ੍ਰਸਨ: ਇਸ ਦਾ ਕੀ ਮਤਲਬ ਹੈ?

ਉੱਤਰ: ਪਰਮੇਸ਼ਵਰ ਹਰੇਕ ਮਾੜੀ ਤੇ ਸ਼ੈਤਾਨੀ ਇੱਛਾ ਵਾਲੀ,ਸੰਮਾਰਕ ਤੇ ਸਰੀਰਕ ਯੋਜਨਾ, ਅਜਿਹੀ ਇੱਛਾ ਤੇ ਕੋਸ਼ਿਸ਼ ਨੂੰ ਪੂਰੀ ਨਹੀਂ ਹੋਣ ਦਿੰਦੇ ਤੇ ਉਸ ਵਿੱਚ ਵਿਘਨ ਪਾਉਂਦੇ ਹਨ ਕਿ ਜੋ ਸਾਨੂੰ ਪਰਮੇਸ਼ਵਰ ਦੇ ਪਵਿੱਤਰ ਨਾਮ ਤੋਂ ਵਰਜੇ, ਉਸ ਦਾ ਰਾਜ ਸਾਡੇ ਵੱਲ ਆਉਣ ਤੋਂ ਰੋਕਦੀ ਹੋਵੇ, ਤਦ ਜਦੋਂ ਉਹ ਸਾਨੂੰ ਜੀਵਨ ਦੇ ਅੰਤ ਤੱਕ ਆਪਣੇ ਵਚਨ ਤੇ ਵਿਸ਼ਵਾਸ ਵਿੱਚ ਮਜ਼ਬੂਤ ਤੇ ਦ੍ਰਿੜ ਬਣਾਉਂਦੇ ਹਨ। ਇਹ ਪਰਮੇਸ਼ਵਰ ਦੀ ਚੰਗਿਆਈ ਤੇ ਉਨ੍ਹਾਂ ਦੀ ਮਿਹਰ ਭਰੀ ਇੱਛਾ ਹੈ।

ਚੌਥੀ ਬੇਨਤੀ

ਪਰਮੇਸ਼ਵਰ ਅੱਜ ਸਾਨੂੰ ਰੋਜ਼ ਦੀ ਰੋਟੀ ਦੇਈਂ

ਪ੍ਰਸਨ: ਇਸ ਦਾ ਕੀ ਮਤਲਬ ਹੈ?

ਉੱਤਰ: ਪਰਮੇਸ਼ਵਰ ਯਕੀਨੀ ਤੌਰ 'ਤੇ ਹਰੇਕ ਨੂੰ ਸਾਡੀ ਪ੍ਰਾਰਥਨਾ ਤੋਂ ਬਗੈਰ ਹੀ ਰੋਜ਼ ਦੀ ਰੋਟੀ ਦਿੰਦਾ ਹੈ, ਇੱਥੇ ਤੱਕ ਕਿ ਮਾੜੇ ਵਿਅਕਤੀਆਂ ਨੂੰ ਵੀ ਦਿੰਦਾ ਹੈ,ਪਰ ਅਸੀਂ ਇਸ ਬੇਨਤੀ ਵਿੱਚ ਪ੍ਰਾਰਥਨਾ ਕਰਦੇ ਹਾਂ ਕਿ ਅਸੀਂ ਇਸ ਅਸੀਸ ਦਾ ਜਵਾਬ ਦੇ ਸਕੀਏ ਤੇ ਸਾਨੂੰ ਰੋਜ਼ ਦੀ ਰੋਟੀ ਮਿਲਣ 'ਤੇ ਸ਼ੁਕਰਗੁਜ਼ਾਰੀ ਕਰ ਸਕੀਏ।

ਪ੍ਰਸਨ: ਰੋਜ਼ ਦੀ ਰੋਟੀ ਤੋਂ ਕੀ ਮਤਲਬ ਹੈ?

ਉੱਤਰ: ਇਸ ਦਾ ਮਤਲਬ ਹੈ ਕਿ ਜਦੋਂ ਸਾਡੇ ਜੀਵਨ ਦੀ ਜ਼ਰੂਰਤਾਂ ਮੁਤਾਬਕ ਸਭ ਕੁਝ ਜੋ ਵੀ ਸਾਡੀ ਦੇਖਭਾਲ ਲਈ ਮਿਲਦਾ ਹੈ, ਜਿਵੇਂ ਖਾਣਾ, ਪਾਣੀ, ਕੱਪੜੇ, ਜੁੱਤੀਆਂ, ਮਕਾਨ ਤੇ ਹੋਰ ਜਾਇਦਾਦ, ਖੇਤ, ਪਸ਼ੂ, ਧਨ-ਦੌਲਤ, ਇਕ ਭਲੀ ਪਤਨੀ, ਭਲੇ ਬੱਚੇ, ਈਮਾਨਦਾਰ ਸੇਵਕ, ਈਮਾਨਦਾਰ ਤੇ ਵਿਸ਼ਵਾਸਪਾਤਰ ਮੈਜਿਸਟ੍ਰੇਟਸ, ਸਥਿਰ ਸਰਕਾਰ, ਚੰਗਾ ਮੌਸਮ, ਅਮਨ, ਤੰਦਰੁਸਤੀ, ਅਨੁਸ਼ਾਸਨ, ਇੱਜ਼ਤ, ਚੰਗੇ ਦੋਸਤ, ਵਿਸ਼ਵਾਸਪਾਤਰ ਗੁਆਂਢੀ ਤੇ ਅਜਿਹੀਆਂ ਹੋਰ ਸਾਰੀਆਂ ਚੀਜ਼ਾਂ।

ਪੰਜਵੀ ਬੇਨਤੀ

ਸਾਡੇ ਕਰਜ਼ ਸਾਨੂੰ ਮਾਫ਼ ਕਰ, ਜਿਵੇਂ ਅਸਾਂ ਵੀ ਆਪਣੇ ਕਰਜਾਈਆਂ ਨੂੰ ਮਾਫ਼ ਕੀਤਾ ਹੈ

ਪ੍ਰਸਨ: ਇਸ ਦਾ ਕੀ ਮਤਲਬ ਹੈ?

ਉੱਤਰ: ਇਸ ਬੇਨਤੀ ਵਿੱਚ ਅਸੀਂ ਇਹ ਆਸ ਰੱਖਦੇ ਹਾਂ ਕਿ ਸਾਡਾ ਸਵਰਗੀ ਪਿਤਾ ਸਾਡੇ ਪਾਪਾਂ ਦੀ ਜਾਂਚ-ਪੜਤਾਲ ਨਹੀ ਕਰੇਗਾ ਕਿਉਂਕਿ ਅਸੀਂ ਜੋ ਵੀ ਚੀਜ਼ਾਂ ਮੰਗਦੇ ਹਾਂ ਅਸੀਂ ਉਨਾਂ ਵਿਚੋਂ ਕਿਸੇ ਵੀ ਯੋਗ ਨਹੀਂ ਹਾ, ਅਸੀਂ ਕਿਸੇ ਤਰ੍ਹਾਂ ਉਨਾਂ ਨੂੰ ਨਹੀਂ ਕਰ ਸਕਦੇ ਹਾਂ। ਉਂਝ ਅਸੀਂ ਇਹ ਆਸ ਰੱਖਾਂਗੇ ਕਿ ਪਰਮੇਸ਼ਵਰ ਦੀ ਮਿਹਰ ਤੇ ਭਲਾਈ ਸਦਕੇ ਇਹ ਸਭ ਕੁਝ ਸਾਨੂੰ ਦੇਵੇਗਾ। ਹਰ ਰੋਜ਼ ਅਸੀਂ ਕਈ ਤਰ੍ਹਾਂ ਦੇ ਪਾਪ ਕਰਦੇ ਹਾਂ, ਸਜ਼ਾ ਤੋਂ ਇਲਾਵਾ ਸਾਨੂੰ ਹੋਰ ਕੁਝ ਮਿਲਣਾ ਹੀ ਨਹੀਂ ਚਾਹੀਦਾ। ਇਸ ਲਈ ਜਿਨ੍ਹਾਂ ਨੇ ਸਾਡੇ ਵਿਰੁੱਧ ਧ੍ਰੋਹ ਕਮਾਇਆ ਹੈ ਤੇ ਪਾਪ ਕੀਤੇ ਹਨ, ਅਸੀਂ ਉਨ੍ਹਾਂ ਨੂੰ ਤਹਿ ਦਿਲੋਂ ਮਾਫ਼ ਕਰੀਏ ਅਤੇ ਬੁਰਾਈ ਦੇ ਬਦਲੇ ਭਲਾਈ ਹੀ ਮੋੜ ਕੇ ਦੇਈਏ।

ਛੇਵੀਂ ਬੇਨਤੀ

'ਸਾਨੂੰ ਪਰਤਾਵੇ ਵਿੱਚ ਨਾ ਲਿਆ'

ਪ੍ਰਸਨ: ਇਸ ਦਾ ਕੀ ਮਤਲਬ ਹੈ?

ਉੱਤਰ: ਬੇਸ਼ੱਕ ਪਰਮੇਸ਼ਵਰ ਕਦੇ ਕਿਸੇ ਨੂੰ ਲਾਲਚ ਨਹੀਂ ਦਿੰਦੇ।ਪਰ ਇਸ ਬੇਨਤੀ 'ਚ ਅਸੀਂ ਪ੍ਰਾਰਥਨਾ ਕਰਦੇ ਹਾਂ ਕਿ ਪ੍ਰਭੂ ਸਾਡੀ ਰਾਖੀ ਕਰਨ ਤੇ ਸਾਨੂੰ ਬਚਾਉਣ, ਤਾਂ ਜੋ ਸ਼ੈਤਾਨ, ਇਹ ਦੁਨਿਆ ਤੇ ਸਾਡਾ ਹੱਡ-ਮਾਸ ਦਾ ਸਰੀਰ ਸਾਨੂੰ ਧੋਖਾ ਨਾ ਦੇ ਦੇਵੇ, ਅਸੀ ਸੱਚਾ ਵਿਸ਼ਵਾਸ ਕਦੇ ਨਾ ਤਿਆਗੀਏ, ਖੁਦ ਨੂੰ ਵਹਿਮਾਂ- ਭਰਮਾਂ, ਅਵਿਸ਼ਵਾਸ, ਨਿਰਾਸ਼ਾ ਤੇ ਹੋਰ ਜੁਰਮਾਂ ਤੇ ਨੈਤਿਕ ਸ਼ਿਕੰਜਿਆਂ ਵਿੱਚ ਨਾ ਫ਼ਸਾ ਲਈਏ, ਖਾਸ ਤੌਰ ਤੇ ਜਦੋਂ ਵੀ ਸਾਡਾ ਸਾਹਮਣਾ ਅਜਿਹੇ ਪਰਤਾਵਿਆਂ ਨਾਲ ਹੋਵੇ, ਅਸੀਂ ਹਾਰ ਨਾ ਜਾਈਏ, ਸਗੋ ਆਖ਼ਰ ਪ੍ਰਭੂ ਦੀ ਦਯਾ ਨਾਲ ਉਨ੍ਹਾਂ ਉੱਤੇ ਕਾਬੂ ਪਾ ਲਈਏ ਤੇ ਬੁਰਿਆਈ ਉੱਤੇ ਜਿੱਤ ਪਾਈਏ।

ਸੱਤਵੀਂ ਬੇਨਤੀ

'ਸਗੋਂ ਬੁਰਿਆਈ ਤੋਂ ਬਚਾ'

ਪ੍ਰਸ਼ਨ: ਇਸ ਦਾ ਕੀ ਮਤਲਬ ਹੈ?

ਉੱਤਰ: ਇਸ ਬੇਨਤੀ ਵਿੱਚ ਅਸੀ ਪ੍ਰਾਰਥਨਾ ਕਰਦੇ ਹਾਂ, ਸੰਖੇਪ ਵਿੱਚ, ਜਿਵੇਂ ਕਿ ਸਾਡੇ ਅਸਮਾਨੀ ਬਾਪ ਸਾਡੇ ਸਰੀਰ ਤੇ ਆਤਮਾ, ਹੋਰ ਚੀਜ਼ਾਂ ਤੇ ਇੱਜ਼ਤ-ਮਾਣ ਦੀਆਂ ਸਾਰੀਆਂ ਬੁਰਿਆਈਆਂ ਤੇ ਖ਼ਤਰਿਆਂ ਤੋ ਸਾਨੂੰ ਬਚਾਵੇ ਅਤੇ ਅੰਤ ਵਿੱਚ ਜਦੋਂ ਮੌਤ ਦੀ ਘੜੀ ਆਵੇ ਤੇ ਸਾਡੇ ਜੀਵਨ ਦਾ ਅੰਤ ਵੀ ਧੰਨ ਹੋਵੇ ਅਤੇ ਪਰਮੇਸ਼ਵਰ ਆਪਣੀ ਮਿਹਰ ਤੇ ਭਲਾਈ ਨਾਲ ਸਾਨੂੰ ਅੱਥਰੂਆਂ ਤੇ ਦੁੱਖਾਂ ਦੀ ਇਸ ਵਾਦੀ 'ਚੋਂ ਸਿੱਧੇ ਸੁਰਗ 'ਚ ਲੈ ਜਾਵੇ।

'ਕਿਉਂਕਿ ਇਹ ਬਾਦਸ਼ਾਹਤ ਅਤੇ ਮਹਿਮਾਂ ਸਦਾ-ਸਦਾ ਲਈ ਤੇਰੇ ਹੀ ਹਨ। ਆਮੀਨ।

ਪ੍ਰਸ਼ਨ: ਇਸ ਦਾ ਕੀ ਮਤਲਬ ਹੈ?

ਉੱਤਰ: ਆਮੀਨ ਦਾ ਮਤਲਬ ਹੈ ਕਿ ਮੈਨੂੰ ਪੱਕਾ ਹੋਣਾ ਚਾਹੀਦਾ ਹੈ ਕਿ ਇਹ ਬੇਨਤੀਆਂ ਸਾਡੇ ਸੁਰਗੀਂ ਪਿਤਾ ਵੱਲੋਂ ਸੁਣਿਆ ਜਾਣ ਤੇ ਪ੍ਰਵਾਨ ਹੋਣ, ਕਿਉਂਕਿ ਪ੍ਰਭੂ ਖੁਦ ਹੀ ਸਾਨੂੰ ਇਸ ਤਰੀਕੇ ਨਾਲ ਪ੍ਰਾਰਥਨਾ ਕਰਨ ਦਾ ਹੁਕਮ ਕੀਤਾ ਹੈ ਅਤੇ ਵਾਅਦਾ ਕੀਤਾ ਹੈ ਕਿ ਉਹ ਸਾਨੂੰ ਸੁਣਦਾ ਹੈ। ਆਮੀਨ, ਆਮੀਨ, ਭਾਵ ਸੱਚਮੁੱਚ, ਪੱਕੇ ਤੌਰ 'ਤੇ ਅਜਿਹਾ ਹੀ ਹੋਵੇ।

IV

ਪਵਿੱਤਰ ਬਪਤਿਸਮਾ ਦੀ ਮਸੀਹੀ ਰੀਤ

ਘਰ ਦੇ ਮੁਖੀ ਨੂੰ ਆਪਣੇ ਪਰਿਵਾਰ ਨੂੰ ਬਹੁਤ ਸਰਲ ਤਰੀਕੇ ਨਾਲ ਇਹ ਸਮਝਾਉਣਾ ਚਾਹੀਦਾ ਹੈ।

ਪਹਿਲਾ

ਪ੍ਰਸ਼ਨ: ਬਪਤਿਸਮਾ ਕੀ ਹੈ?

ਉੱਤਰ: ਬਪਤਿਸਮਾ ਕੋਈ ਆਮ ਸਾਧਾਰਣ ਪਾਣੀ ਨਹੀ ਹੈ ਪਰ ਇਹ ਪਿਤਾ-ਪਰਮੇਸ਼ਵਰ ਦੇ ਹੁਕਮ ਵਾਲਾ ਪਾਣੀ ਹੈ ਤੇ ਪਰਮੇਸ਼ਵਰ ਦੇ ਵਚਨ ਨਾਲ ਜੁੜਿਆ ਹੋਇਆ ਹੈ।

ਪ੍ਰਸ਼ਨ:ਪਰਮੇਸ਼ਵਰ ਦਾ ਵਚਨ ਕੀ ਹੈ?

ਉੱਤਰ: ਜਦੋ ਸਾਡੇ ਪ੍ਰਭੂ ਯਿਸੂ ਮਸੀਹ ਮੱਤੀ 28:19'ਚ ਕਹਿੰਦੇ ਹਨ:

> "ਇਸ ਲਈ ਤੁਸੀਂ ਜਾ ਕੇ ਸਾਰੀਆਂ ਕੌਮਾਂ ਨੂੰ ਚੇਲੇ ਬਣਾਉ ਅਤੇ ਉਨ੍ਹਾਂ ਨੂੰ ਪਿਤਾ ਅਤੇ ਪੁੱਤਰ ਅਤੇ ਪਵਿੱਤਰ ਆਤਮਾ ਦੇ ਨਾਮ ਵਿੱਚ ਬਪਤਿਸਮਾ ਦੇਓ।

ਦੂਜਾ

ਪ੍ਰਸ਼ਨ: ਬਪਤਿਸਮਾ ਲੈਣ ਨਾਲ ਕੀ ਮਿਲਦਾ ਹੈ ਜਾਂ ਇਸ ਤੋਂ ਕੀ ਲਾਭ ਹੈ?

ਉੱਤਰ: ਇਸ ਨਾਲ ਪਾਪਾਂ ਦੀ ਮਾਫ਼ੀ ਮਿਲਦੀ ਹੈ, ਮੌਤ ਅਤੇ ਸ਼ੈਤਾਨ ਤੋਂ ਬਚਾਅ ਹੁੰਦਾ ਹੈ ਅਤੇ ਜੋ ਵੀ ਇਸ 'ਚ ਵਿਸ਼ਵਾਸ ਕਰਦਾ ਹੈ, ਹਰ ਉਹਨਾਂ ਸਭਨਾਂ ਨੂੰ ਸਦੀਵੀ ਮੁਕਤੀ ਮਿਲਦੀ ਹੈ, ਜਿਵੇਂ ਕਿ ਪਰਮੇਸ਼ਵਰ ਦੇ ਵਚਨਾਂ ਤੇ ਵਾਅਦਿਆਂ ਵਿਚ ਐਲਾਨ ਕੀਤਾ ਗਿਆ ਹੈ।

ਪ੍ਰਸਨ: ਪਰਮੇਸ਼ਵਰ ਦੇ ਉਹ ਵਚਨ ਤੇ ਵਾਅਦੇ ਕੀ ਹਨ?

ਉੱਤਰ: ਪ੍ਰਭੂ ਯਿਸੂ ਮਸੀਹ ਮਰਕੁਸ 16:16 ਵਿੱਚ ਕਹਿੰਦੇ ਹਨ:

> "ਜਿਹੜਾ ਨਿਹਚਾ ਕਰੇ ਅਤੇ ਬਪਤਿਸਮਾ ਲਵੇ ਉਹ ਬਚਾਇਆ ਜਾਵੇਗਾ ਪਰ ਜਿਹੜਾ ਪਰਤੀਤ ਨਾ ਕਰੇ ਉਸ ਉੱਤੇ ਸਜ਼ਾ ਦਾ ਹੁਕਮ ਕੀਤਾ ਜਾਵੇਗਾ"।

ਤੀਜਾ

ਪ੍ਰਸਨ: ਪਾਣੀ ਅਜਿਹੀਆਂ ਮਹਾਨ ਚੀਜ਼ਾਂ ਕਿਵੇ ਕਰ ਸਕਦਾ ਹੈ?

ਉੱਤਰ: ਪਾਣੀ ਨਿਸ਼ਚਤ ਤੌਰ 'ਤੇ ਅਜਿਹੀਆਂ ਚੀਜ਼ਾਂ ਨਹੀ ਕਰਦਾ ਪਰ ਪਰਮੇਸ਼ਵਰ ਦਾ ਵਚਨ,ਜੋ ਪਾਣੀ ਦੇ ਵਿੱਚ ਹੈ ਤੇ ਇਸ ਦੇ ਨਾਲ ਹੈ, ਅਤੇ ਵਿਸ਼ਵਾਸ ਤੇ ਪਰਮੇਸ਼ਵਰ ਦਾ ਵਚਨ ਪਾਣੀ ਵਿੱਚ ਹੁੰਦਾ ਹੈ। ਕਿਉਂਕਿ ਪਰਮੇਸ਼ਵਰ ਦੇ ਵਚਨ ਤੋਂ ਬਗੈਰ ਪਾਣੀ ਸਿਰਫ਼ ਆਮ ਹੈ ਤੇ ਕੋਈ ਬਪਤਿਸਮਾ ਨਹੀਂ ਹੈ। ਪਰ ਪਰਮੇਸ਼ਵਰ ਦੇ ਵਚਨ ਨਾਲ ਇਹ ਇੱਕ ਬਪਤਿਸਮਾ ਹੈ। ਭਾਵ ਜੀਵਨ ਦਾ ਮਿਹਰ ਭਰਿਆ ਪਾਣੀ ਅਤੇ ਪਵਿੱਤਰ ਆਤਮਾ ਵਿੱਚ ਪੁਨਰਉਥਾਨ ਧੁਲਾਈ ਹੈ, ਜਿਵੇਂ ਤੀਤੁਸ 3:4-7 ਵਿੱਚ ਪੌਲੁਸ ਰਸੂਲ ਆਖਦੇ ਹਨ:

> "ਪਰ ਜਾਂ ਸਾਡੇ ਮੁਕਤੀ ਦਾਤਾ ਪਰਮੇਸ਼ਵਰ ਦੀ ਦਿਆਲਗੀ ਅਤੇ ਪ੍ਰੇਮ ਜੋ ਮਨੁੱਖਾਂ ਨਾਲ ਸੀ ਪ੍ਰਗਟ ਹੋਇਆ। ਤਾਂ ਉਸ ਨੇ ਉਨ੍ਹਾਂ ਧਰਮ ਦੇ ਕਰਮਾਂ ਕਰਕੇ ਨਹੀ ਜੋ ਅਸਾਂ ਕੀਤੇ ਸਗੋ ਆਪਣੇ ਰਹੱਸ ਅਨੁਸਾਰ ਨਵੇਂ ਜਨਮ ਦੇ ਅਨੁਸਾਰ ਅਤੇ ਪਵਿੱਤਰ ਆਤਮਾ ਦੇ ਨਵੇਂ ਬਣਾਉਣ ਦੇ ਵਸੀਲੇ ਨਾਲ ਸਾਨੂੰ ਬਚਾਇਆ। ਜਿਹਨੂੰ ਉਸ ਨੇ ਸਾਡੇ ਮੁਕਤੀਦਾਤਾ ਯਿਸੂ ਮਸੀਹ ਦੇ ਦੁਆਰਾ ਸਾਡੇ ਉੱਤੇ ਬਹੁਤ ਕਰਕੇ ਵਹਾ ਦਿੱਤਾ।

ਚੌਥਾ

ਪ੍ਰਸ਼ਨ: ਪਾਣੀ ਨਾਲ ਬਪਤਿਸਮਾ ਕੀ ਦਰਸਾਉਂਦਾ ਹੈ?

ਉੱਤਰ: ਇਹ ਦਰਸਾਉਂਦਾ ਹੈ ਕਿ ਪੁਰਾਨਾ ਆਦਮ ਹਾਲੇ ਵੀ ਸਾਡੇ ਅੰਦਰ ਹੈ, ਇਸ ਲਈ ਸਾਨੂੰ ਰੋਜ਼ਾਨਾ ਆਤਮ-ਸੰਜਮ ਤੇ ਪਛਤਾਵੇ ਰਾਹੀਂ ਪਾਣੀ ਵਿਚ ਡੁੱਬ ਕੇ ਆਪਣੇ ਪਾਪਾਂ ਅਤੇ ਸ਼ੈਤਾਨੀ ਇੱਛਾਵਾਂ ਸਮੇਤ ਮਰ ਜਾਣਾ ਚਾਹੀਦਾ ਹੈ ਤਾਂ ਜੋ ਨਵਾਂ ਮਨੁੱਖ ਰੋਜ਼ਾਨਾ ਉੱਠ ਕੇ ਬਾਹਰ ਆਵੇ ਅਤੇ ਪਰਮੇਸ਼ਵਰ ਸਾਹਮਣੇ ਸਦਾ ਲਈ ਧਾਰਮਿਕ, ਪਵਿੱਤਰਤਾ ਤੇ ਸ਼ੁੱਧਤਾ ਵਿਚ ਜੀਵੇ।

ਪ੍ਰਸ਼ਨ: ਇਹ ਕਿਥੇ ਲਿਖਿਆ ਹੈ?

ਉੱਤਰ: ਪੌਲੁਸ ਰਸੂਲ ਰੋਮੀਆਂ 6:4 ਵਿੱਚ ਲਿਖਦਾ ਹੈ:

> ਅਸੀਂ ਮੌਤ ਦਾ ਬਪਤਿਸਮਾ ਲੈਣ ਕਰਕੇ ਉਹ ਦੇ ਨਾਲ ਦੱਬੇ ਗਏ ਤਾਂ ਜੋ ਜਿਵੇਂ ਪਿਤਾ ਦੀ ਵਡਿਆਈ ਦੇ ਵਸੀਲੇ ਨਾਲ ਮਸੀਹ ਮੁਰਦਿਆਂ ਵਿੱਚੋਂ ਜਿਵਾਲਿਆ ਗਿਆ ਤਿਵੇਂ ਅਸੀਂ ਵੀ ਨਵੇਂ ਜੀਵਨ ਦੇ ਰਾਹ ਚੱਲੀਏ।

V

ਗੁਨਾਹ ਦਾ ਇਕਬਾਲ

ਆਮ ਲੋਕਾਂ ਨੂੰ ਹਦਾਇਤ ਕਿਵੇਂ ਦੇਣੀ ਚਾਹੀਦੀ ਹੈ

ਪ੍ਰਸ਼ਨ: ਗੁਨਾਹ ਭਾਵ ਪਾਪ ਦਾ ਇਕਬਾਲ ਕੀ ਹੈ

ਉੱਤਰ: ਗੁਨਾਹ ਦੇ ਇਕਬਾਲ ਦੇ ਦੋ ਹਿੱਸੇ ਹੁੰਦੇ ਹਨ:ਪਹਿਲਾ ਹੈ ਗੁਨਾਹਾਂ ਦਾ ਇਕਬਾਲ ਅਤੇ ਦੂਜਾ ਹੈ ਮੁਕਤੀ ਦੀ ਪ੍ਰਾਪਤੀ ਜਿਹੜੀ ਪਾਦਰੀ ਸਾਹਿਬ ਜਾ ਯਿਸੂ ਮਸੀਹ ਦੇ ਸੁਸਮਾਚਾਰ ਦੇ ਪ੍ਰਚਾਰਕ ਤੋਂ ਮਾਫੀ, ਜਿਵੇ ਪਰਮੇਸ਼ਵਰ ਖੁਦ ਕਰਦੇ ਹਨ ਅਤੇ ਇਸੇ ਵਿੱਚ ਕੋਈ ਸ਼ੱਕ ਨਹੀਂ, ਸਗੋਂ ਇਹ ਪੱਕਾ ਵਿਸ਼ਵਾਸ ਹੈ ਕੇ ਸੁਰਗੀ ਪਰਮੇਸ਼ਵਰ ਸਾਹਮਣੇ ਉਸ ਮੁਕਤੀ ਰਾਹੀਂ ਗੁਨਾਹਾਂ ਦੀ ਮਾਫੀ ਮਿਲ ਗਈ ਹੈ

ਪ੍ਰਸ਼ਨ: ਸਾਨੂੰ ਕਿਹੜੇ ਗੁਨਾਹਾਂ ਦਾ ਇਕਬਾਲ ਕਰਨਾ ਚਾਹੀਦਾ ਹੈ

ਉੱਤਰ: ਪ੍ਰਭੂ- ਪਰਮੇਸ਼ਵਰ ਸਾਹਮਣੇ ਸਾਨੂੰ ਸਾਰੇ ਗੁਨਾਹ ਮੰਨ ਲੈਣੇ ਚਾਹੀਦੇ ਹਨ,ਉਹ ਗੁਨਾਹ ਵੀ ਜਿਨ੍ਹਾਂ ਬਾਰੇ ਅਸੀਂ ਅਣਜਾਣ ਹਾਂ,ਜਿਵੇ ਕੇ ਅਸੀਂ ਪਰਮੇਸ਼ਵਰ ਦੀ ਪ੍ਰਾਰਥਨਾ ਵਿੱਚ ਕਰਦੇ ਹਾਂ। ਪਾਦਰੀ ਸਾਹਿਬ ਸਾਹਮਣੇ, ਸਾਨੂੰ ਉਹ ਗੁਨਾਹ ਵੀ ਮੰਨਣੇ ਚਾਹੀਦੇ ਹਨ ਜਿਨ੍ਹਾਂ ਬਾਰੇ ਅਸੀਂ ਜਾਣਦੇ ਹਾਂ ਅਤੇ ਜਿਨ੍ਹਾਂ ਬਾਰੇ ਅਸੀਂ ਆਪਣੇ ਦਿਲਾਂ ਵਿੱਚ ਮਹਿਸੂਸ ਕਰਦੇ ਹਾਂ।

ਪ੍ਰਸ਼ਨ: ਇਹ ਗੁਨਾਹ ਕਿਹੜੇ ਹਨ

ਉੱਤਰ: ਇਥੇ ਹਰ ਵਿਅਕਤੀ ਖੁਦ ਨੂੰ ਦਸ ਹੁਕਮਾਂ ਮੁਤਾਬਿਕ ਜੀਵਨ ਦੇ ਮੁਕਾਮ ਤੇ ਸਮਝੇ: ਤੁਸੀਂ ਭਾਵੇ ਇਕ ਪਿਤਾ, ਇਕ ਮਾਤਾ, ਇਕ ਪੁੱਤਰ, ਇਕ ਧੀ,ਮਕਾਨ ਦੇ ਮਾਲਕ ਜਾ ਮਾਲਕਿਨ ਜਾ ਇਕ ਸੇਵਕ ਹੋ: ਤੁਸੀਂ ਚਾਹੇ ਆਗਿਆਕਾਰੀ ਨਹੀਂ ਹੋ ਬੇਵਫਾ ਜਾ ਲਾਪਰਵਾਹ ਹੋ: ਚਾਹੇ ਤੁਸੀਂ ਆਪਣੇ ਬੋਲਾਂ ਜਾ ਕੰਮਾਂ ਨਾਲ ਕਿਸੇ ਦਾ ਦਿਲ ਦੁਖਾਇਆ ਹੈ: ਤੁਸੀਂ ਭਾਵੇ ਕੁਝ ਚੋਰੀ ਕੀਤਾ ਹੈ, ਲਾਪਰਵਾਹੀ ਕੀਤੀ ਹੈ ਜਾ ਕੁਝ ਅਜਿਹਾ ਕੀਤਾ ਹੈ ਜਾ ਕਿਸੇ ਨੂੰ ਨੁਕਸਾਨ ਪੁਚਾਇਆ ਹੈ।

ਆਮ ਲੋਕਾਂ ਲਈ ਗੁਨਾਹਾਂ ਦੇ ਇਕਬਾਲ ਦੀ ਇਕ ਛੋਟੀ ਕਿਸਮ

ਤੁਹਾਨੂੰ ਪਾਦਰੀ ਸਾਹਿਬ ਨੂੰ ਇੰਝ ਬੋਲਣਾ ਚਾਹੀਦਾ ਹੈ:

ਸਤਿਕਾਰਯੋਗ ਫਾਦਰ, ਮੈ ਤੁਹਾਨੂੰ ਬੇਨਤੀ ਕਰਦਾ/ਕਰਦੀ ਹਾਂ ਕਿ ਮੈਨੂੰ ਜੋ ਜਾਣੇ ਅਣਜਾਣੇ ਵੀ ਕੀਤੇ ਹਨ,ਉਨਾਂ ਗੁਨਾਹਾਂ ਦਾ ਇਕਬਾਲ ਸੁਣ ਲਵੋ ਅਤੇ ਪਰਮੇਸ਼ਵਰ ਦੀ ਮਰਜੀ ਅਨੁਸਾਰ ਮੈਨੂੰ ਮਾਫੀ ਦਾ ਐਲਾਨ ਕਰੋ।

ਫਿਰ ਅੱਗੋਂ ਆਖੋ:

ਮੈ, ਇਕ ਗਰੀਬ ਪਾਪੀ/ਪਾਪਣ, ਪਰਮੇਸ਼ਵਰ ਅੱਗੇ ਇਹ ਇਕਬਾਲ ਕਰਦਾ/ਕਰਦੀ ਹਾਂ ਕਿ ਮੈ ਸਾਰੇ ਪਾਪਾਂ ਦਾ/ਦੀ ਦੋਸ਼ੀ ਹਾਂ:ਖਾਸ ਕਰਕੇ ਮੈਂ ਤੁਹਾਡੇ ਸਾਹਮਣੇ ਇਹ ਇਕਬਾਲ ਕਰਦਾ/ਕਰਦੀ ਹਾਂ ਕਿ ਮੈਂ ਇਕ ਸੇਵਕ ਹਾਂ,ਪਰ ਮੈਂ ਆਪਣੇ ਮਾਲਕ ਦੀ ਵਫ਼ਾਦਾਰੀ ਨਾਲ ਸੇਵਾ ਨਹੀਂ ਕੀਤੀ: ਮੈ ਉਸ ਦੇ ਹੁਕਮ ਮੁਤਾਬਿਕ ਕੰਮ ਨਹੀਂ ਕੀਤੇ ਮੈ ਉਹਨਾਂ ਨੂੰ ਗੁੱਸੇ ਕੀਤਾ ਹੈ ਅਤੇ ਉਹਨਾਂ ਮੈਨੂੰ ਲਾਹਨਤਾਂ ਪਾਈਆਂ, ਮੈ ਬਹੁਤ ਸਾਰੀਆਂ ਚੀਜ਼ਾਂ ਨੂੰ ਨਜ਼ਰਅੰਦਾਜ਼ ਕੀਤਾ, ਤੇ. ਉਨ੍ਹਾਂ ਨੂੰ ਨੁਕਸਾਨ ਪਹੁੰਚਾਇਆ, ਮੈਂ ਆਪਣੇ ਆਖੇਂ ਸ਼ਬਦਾਂ ਤੇ ਕੰਮਾਂ ਉੱਤੇ ਸ਼ਰਮਿੰਦਾ ਹਾਂ, ਮੈਂ ਬੇਸਬਰਾ ਹੋਕੇ ਆਪਣੇ ਹਮ-ਉਮਰਾਂ ਨਾਲ ਲੜਾਇਆ ਲੜੀ, ਮੈਂ ਮਾਲਕ ਨਾਲ ਬੁੜਬੁੜਾ ਕੇ ਉਹਦੀ ਬੁਰਿਆਈ ਕੀਤੀ ਤੇ ਬੁਰਾ ਭਲਾ ਤੇ ਮੰਦਾ ਆਖਿਆ।ਮੈਨੂੰ ਇਸ ਸਭ ਲਈ ਅਫ਼ਸੋਸ ਹੈ। ਤੁਸੀਂ ਮੇਰੇ ਉੱਤੇ ਮਿਹਰ ਕਰੋ।ਮੈਂ ਅੱਗੇ ਤੋਂ ਬਿਹਤਰ ਕਰਨਾ ਚਾਹੁੰਦਾ /ਚਾਹੁੰਦੀ ਹਾਂ।

ਮਕਾਨ ਦਾ ਮਾਲਕ ਜਾਂ ਮਾਲਕਣ ਇੰਝ ਆਖ ਸਕਦੇ ਹਨ:

ਖਾਸ ਤੌਰ 'ਤੇ ਮੈ ਆਪ ਜੀ ਦੇ ਸਾਹਮਣੇ ਇਹ ਇਕਬਾਲ ਕਰਦਾ/ਕਰਦੀ ਹਾਂ ਕਿ ਮੈ ਪਰਮੇਸ਼ਵਰ ਦੀ ਮਹਿਮਾ ਲਈ ਆਪਣੇ ਪਰਿਵਾਰ, ਆਪਣੀ ਪਤਨੀ, ਬੱਚਿਆਂ ਤੇ ਸੇਵਕਾਂ ਨੂੰ ਵਿਸ਼ਵਾਸਪਾਤਰਾਂ ਤੇ ਸੂਝਬੂਝ ਨਾਲ ਨਹੀਂ ਪੜਾਇਆ ਤੇ ਸਿਖਲਾਈ ਨਹੀਂ ਦਿੱਤੀ, ਮੈ ਲਾਹਨਤਾਂ ਪਾਈਆਂ, ਮੈ ਪਰਮੇਸ਼ਵਰ ਦੇ ਨਾਮ ਦੀ ਦੁਰਵਰਤੋਂ ਕੀਤੀ, ਮੈ ਆਪਣੇ ਭੈੜੇ ਸ਼ਬਦਾ ਤੇ ਕੰਮਾਂ ਰਾਹੀਂ ਇਕ ਮਾੜੀ ਮਿਸਾਲ ਕਾਇਮ ਕੀਤੀ: ਮੈ ਆਪਣੇ ਗੁਆਂਢੀਆਂ ਨੂੰ ਨੁਕਸਾਨ ਪਹੁੰਚਾਇਆ ਤੇ ਉਨ੍ਹਾਂ ਨੂੰ ਬਹੁਤ ਤਰੀਕਿਆਂ ਨਾਲ ਠੇਸ ਪਹੁੰਚਾਈ, ਮੈ ਨਕਲੀ ਵੱਟਿਆਂ ਤੇ ਪੈਮਾਨਿਆਂ ਦੀ ਵਰਤੋਂ ਕੀਤੀ,ਮੈ ਆਪਣੇ ਗੁਆਂਢੀ ਨਾਲ ਚਾਲ ਚੱਲੀ ਸੀ ਜਦੋਂ ਮੈ ਉਸ ਨੂੰ ਵਸਤਾਂ ਵੇਚੀਆਂ ਸਨ।

ਅਤੇ ਹਰੇਕ ਵਿਅਕਤੀ ਦੇ ਕਿੱਤੇ ਵਿੱਚ, ਜੋ ਕੁਝ ਵੀ ਪਰਮੇਸ਼ਵਰ ਦੇ ਹੁਕਮਾਂ ਤੋਂ ਉਲਟ ਵਾਪਰਿਆ ਹੋਵੇ, ਉਨ੍ਹਾਂ ਨੂੰ ਉਸ ਦਾ ਇਕਬਾਲ ਕਰਨ ਦੇਵੇ।

ਪਰ ਜੇ ਕੋਈ ਵਿਅਕਤੀ ਇਹ ਮਹਿਸੂਸ ਨਹੀਂ ਕਰਦਾ ਕਿ ਉਹ ਇਨਾਂ ਵਾਂਗ ਜਾਂ ਇੰਝ ਵੱਡੇ ਪਾਪਾਂ ਦੇ ਬੋਝ ਹੇਠਾਂ ਨਹੀਂ ਦਬਿਆ, ਤਾਂ ਉਸ ਨੂੰ ਇਸ ਬਾਰੇ ਕੋਈ ਚਿੰਤਾ ਨਹੀਂ ਹੋਣੀ ਚਾਹੀਦੀ ਜਾਂ ਉਸ ਨੂੰ ਹੋਰ ਪਾਪਾਂ ਦੀ ਖੋਜ ਨਹੀਂ ਕਰਨ ਲੱਗ ਪੈਣਾ ਚਾਹੀਦਾ ਤੇ ਇੰਝ ਗੁਨਾਹਾਂ ਦੇ ਇਸ ਇਕਬਾਲ ਨੂੰ ਕੋਈ ਤਸ਼ੱਦਦ ਨਹੀਂ ਬਣਾ ਦੇਣਾ ਚਾਹੀਦਾ। ਉਸ ਨੂੰ ਬੱਸ ਇੱਕ ਜਾਂ ਦੋ ਅਜਿਹੇ ਪਾਪਾਂ ਦਾ ਹੀ ਜ਼ਿਕਰ ਕਰਨਾ ਚਾਹੀਦਾ ਹੈ, ਜਿਨ੍ਹਾਂ ਬਾਰੇ ਉਹ ਜਾਣਦਾ/ਜਾਣਦੀ ਹੈ, ਜਿਵੇਂ: ਖ਼ਾਸ ਤੌਰ ਤੇ ਮੈਂ ਇਹ ਮੰਨਦਾ ਹਾਂ ਕਿ ਮੈਂ ਇੱਕ ਵਾਰ ਪਰਮੇਸ਼ਵਰ ਦੇ ਨਾਮ ਨੂੰ ਬੁਰਾ- ਮੰਦਾ ਆਖਿਆ ਸੀ, ਮੈਂ ਇੱਕ ਵਾਰ ਫਿਰ ਗੈਰ- ਵਾਜਬ ਸ਼ਬਦਾਂ ਦੀ ਵਰਤੋਂ ਕੀਤੀ ਸੀ, ਮੈਂ ਕਿਸੇ ਵੇਲੇ ਕਿਸੀ ਇਕ ਨੂੰ ਨਜ਼ਰ ਅੰਦਾਜ ਕੀਤਾ ਸੀ ਆਦਿ।

ਪਰ ਜੇ ਤੁਹਾਨੂੰ ਕਿਸੇ ਗੱਲ ਦਾ ਪਤਾ ਹੀ ਨਹੀਂ (ਜੋ ਕਿ ਵਿਵਹਾਰਕ ਤੌਰ 'ਤੇ ਅਸੰਭਵ ਹੋਣਾ ਚਾਹੀਦਾ ਹੈ), ਤਦ ਤੁਹਾਨੂੰ ਕਿਸੇ ਵੀ ਗੱਲ ਦਾ ਜ਼ਿਕਰ ਖ਼ਾਸ ਤੌਰ ਤੇ ਨਹੀਂ ਕਰਨਾ ਚਾਹੀਦਾ, ਸਗੋਂ ਆਮ ਇਕਬਾਲ ਕਰਨ ਤੋਂ ਬਾਅਦ ਮਾਫ਼ੀ ਲੈਣੀ ਚਾਹੀਦੀ ਹੈ, ਜੋ ਤੁਸੀਂ ਪਰਮੇਸ਼ਵਰ ਦੀ ਹਜ਼ੂਰੀ ਵਿੱਚ ਪਾਂਦਰੀ ਸਾਹਿਬ ਸਾਹਮਣੇ ਆਖੋਂਗੇ।

ਤਦ ਪਾਦਰੀ ਸਾਹਿਬ ਆਖਣਗੇ:

ਪਰਮੇਸ਼ਵਰ ਤੁਹਾਡੇ 'ਤੇ ਰਹਿਮ ਕਰੇ ਤੇ ਤੁਹਾਡਾ ਵਿਸ਼ਵਾਸ ਮਜ਼ਬੂਤ ਕਰੇ। ਆਮੀਨ।

ਉਸਨੂ ਪਾਪਾਂ ਦਾ ਈਕਬਾਲ ਕਰਨ ਵਾਲੇ ਵਿਆਕਤੀ ਤੋਂ ਇਹ ਪੁਚਾਣਾ ਚਾਹੀਦਾ ਹੈ

ਜੇ ਪਾਦਰੀ ਸਾਹਿਬ ਪੁੱਛਣ ਕਿ ਤੁਹਾਨੂੰ ਵਿਸ਼ਵਾਸ ਹੈ ਕਿ ਮੇਰੀ ਮਾਫ਼ੀ ਪਰਮੇਸ਼ਵਰ ਦੀ ਮਾਫੀ ਹੈ?

ਉੱਤਰ: ਜੀ ਫ਼ਾਦਰ।

ਤਦ ਓਹ ਇਕਬਾਲ ਕਰ ਰਹੇ ਵਿਸ਼ਵਾਸੀ ਨੂੰ ਇਹ ਆਖਣ:

> ਉਹੀ ਹੋਵੇ ਜੇਹਾ ਤੇਰਾ ਵਿਸ਼ਵਾਸ ਹੈ। ਅਤੇ ਸਾਡੇ ਪ੍ਰਭੂ ਯਿਸੂ ਮਸੀਹ ਦੇ ਹੁਕਮ ਨਾਲ, ਮੈਂ ਤੇਰੇ ਗੁਨਾਹ ਪਿਤਾ, ਪੁੱਤਰ ਅਤੇ ਪਵਿੱਤਰ ਆਤਮਾ ਦੇ ਨਾਮ ਨਾਲ ਮਾਫ਼ ਕਰਦਾ ਹਾਂ, ਆਮੀਨ। ਅਮਨ - ਚੈਨ ਨਾਲ ਜਾਹ।

ਜਿਹੜੇ ਵਿਅਕਤੀਆਂ ਦੀ ਜ਼ਮੀਰ ਨੂੰ ਬਹੁਤ ਜਿਆਦਾ ਨੁਕਸਾਨ ਪੁੱਜਾ ਹੈ, ਲਾਲਚ ਜਾਂ ਨਿਰਾਸ਼ਾ ਵਧ ਚੁੱਕੇ ਹਨ, ਪਾਦਰੀ ਸਾਹਿਬ ਨੂੰ ਪਤਾ ਹੋਵੇਗਾ ਕਿ ਉਨ੍ਹਾਂ ਨੂੰ ਪਵਿੱਤਰ ਵਚਨ ਚੋਂ ਕਿਹੜੀਆਂ ਆਇਤਾਂ ਨਾਲ ਸਾਂਤੀ ਬਖਸ਼ਣੀ ਹੈ ਜਿਨ੍ਹਾਂ ਨਾਲ ਉਨ੍ਹਾਂ ਦਾ ਵਿਸ਼ਵਾਸ ਵਧੇ। ਜਿਸ ਕਿਸਮ ਦੇ ਗੁਨਾਹ ਦੇ ਇਕਬਾਲ ਦੀ ਮਿਸਾਲ ਅਸੀਂ ਇੱਥੇ ਦਿੱਤੀ ਹੈ, ਉਹ ਤਾਂ ਸਿਰਫ਼ ਬੱਚਿਆਂ ਵਾਲੀ, ਆਮ ਕਿਸਮ ਦੀ ਸਾਧਾਰਣ ਤੇ ਅਨਪੜ੍ਹ ਲੋਕਾਂ ਲਈ ਹੈ।

VI

ਪ੍ਰਭੂ ਭੋਜਨ ਅਤੇ ਉਸ ਦੀ ਸਥਾਪਨਾ ਅਸਾਇ ਰੱਬਾਨੀ (ਪ੍ਰਭੂ ਭੋਜਨ)

ਘਰ ਦੇ ਮੁਖੀ ਵਜੋਂ ਪਰਿਵਾਰ ਨੂੰ ਆਸਾਨ ਢੰਗ ਨਾਲ ਸਮਝਾਉਣਾ ਚਾਹੀਦਾ ਹੈ।

ਪ੍ਰਸਨ: ਅਸਾਇ ਰੱਬਾਨੀ ਕੀ ਹੈ?

ਉੱਤਰ: ਅਸਾਇ ਰੱਬਾਨੀ ਰੋਟੀ ਤੇ ਦਾਖਰਸ ਦੇ ਰੂਪ ਵਿੱਚ ਸਾਡੇ ਪ੍ਰਭੂ ਯਿਸੂ ਮਸੀਹ ਦਾ ਸੱਚਾ ਸਰੀਰ ਤੇ ਲਹੂ ਹੈ, ਜੋ ਅਸੀਂ ਮਸੀਹੀ ਲੋਕਾਂ ਨੇ ਖਾਣਾ ਤੇ ਪੀਣਾ ਹੈ ਅਤੇ ਜਿਸ ਨੂੰ ਪ੍ਰਭੂ ਯਿਸੂ ਮਸੀਹ ਨੇ ਖੁਦ ਸਥਾਪਿਤ ਕੀਤਾ।

ਪ੍ਰਸਨ:ਇਹ ਕਿੱਥੇ ਲਿਖਿਆ ਹੈ?

ਉੱਤਰ: ਪਵਿੱਤਰ ਵਚਨਾਂ: ਮੱਤੀ 26:26, ਮਰਕੁਸ 14:22 ਅਤੇ ਪੌਲੂਸ ਰਸੂਲ 1 ਕੁਰਿੰਥੀਆਂ (11:23 ਵਿੱਚ ਹੇਠਾਂ ਦਿੱਤੇ ਅਨੁਸਾਰ ਹੈ:

> ਸਾਡੇ ਪ੍ਰਭੂ ਯਿਸੂ ਮਸੀਹ ਨੇ ਜਿਸ ਰਾਤ ਉਹ ਫੜਵਾਇਆ ਗਿਆ, ਰੋਟੀ ਲਈ ਅਤੇ ਸ਼ੁਕਰ ਕਰਕੇ ਤੋੜੀ ਅਤੇ ਆਪਣੇ ਚੇਲਿਆਂ ਨੂੰ ਦਿੱਤੀ ਅਤੇ ਕਿਹਾ, "ਇਹ ਮੇਰਾ ਸਰੀਰ ਜੋ ਤੁਹਾਡੇ ਲਈ ਹੈ। ਮੇਰੀ ਯਾਦਗਾਰੀ ਲਈ ਇਹ ਕਰਿਆ ਕਰੋ।" ਇਸੇ ਤਰ੍ਹਾਂ ਉਸ ਨੇ ਭੋਜਨ ਖਾਣ ਦੇ ਪਿੱਛੋਂ ਪਿਆਲਾ ਵੀ ਲਿਆ ਅਤੇ ਸ਼ੁਕਰ ਕਰਕੇ ਕਿਹਾ, "ਇਹ ਪਿਆਲਾ ਮੇਰੇ ਲਹੂ ਵਿੱਚ ਨਵਾਂ ਨੇਮ ਹੈ ਜੋ ਤੁਹਾਡੇ ਪਾਪਾਂ ਦੀ ਮਾਫ਼ੀ ਲਈ ਵਹਾਇਆ ਗਿਆ ਹੈ। ਜਦ ਕਦੇ ਤੁਸੀਂ ਸਾਰੇ ਇਹ ਨੂੰ ਪੀਵੋ ਤਾਂ ਮੇਰੀ ਯਾਦਗਾਰੀ ਲਈ ਇਹ ਕਰਿਆ ਕਰੋ।"

ਪ੍ਰਸਨ: ਪਰ ਅਜਿਹਾ ਖਾਣ ਤੇ ਪੀਣ ਦਾ ਕੀ ਲਾਭ ਹੈ?

ਉੱਤਰ: ਇਹ ਸਾਨੂੰ ਇਨ੍ਹਾਂ ਸ਼ਬਦਾਂ ਰਾਹੀਂ ਦਰਸਾਇਆ ਗਿਆ ਹੈ , "ਮੇਰਾ ਸਰੀਰ ਤੁਹਾਡੇ ਲਈ ਅਤੇ ਮੇਰਾ ਲਹੂ ਤੁਹਾਡੇ ਪਾਪਾਂ ਦੀ ਮਾਫ਼ੀ ਲਈ ਵਹਾਇਆ ਗਿਆ ਹੈ।" ਜੀਵਨ ਤੇ ਮੁਕਤੀ ਮਸੀਹੀ ਧਾਰਮਿਕ ਰੀਤ ਵਿੱਚ ਇਹਨਾਂ ਸਬਦਾਂ ਰਾਹੀਂ ਸਾਨੂੰ ਦਿੱਤੇ ਗਏ ਹਨ। ਜਿੱਥੇ ਪਾਪਾਂ ਦੀ ਮਾਫ਼ੀ ਹੈ, ਉੱਥੇ ਜੀਵਨ ਤੇ ਮੁਕਤੀ ਵੀ ਹੈ।

ਪ੍ਰਸਨ: ਕੀ ਇਹ ਦੁਨਿਆਵੀ ਖਾਣ ਤੇ ਪੀਣ ਇੰਨੇ ਮਹਾਨ ਕੰਮ ਕਰ ਸਕਦਾ ਹੈ?

ਉੱਤਰ: ਬੇਸ਼ਕ ਖਾਣ ਤੇ ਪੀਣ ਨਾਲ ਅਜਿਹੇ ਕੰਮ ਮੁਕੰਮਲ ਨਹੀਂ ਹੁੰਦੇ ਪਰ ਜਿਹੜੇ ਵਚਨ ਇੱਥੇ ਬੋਲੇ ਜਾਂਦੇ ਹਨ, ਜਿਵੇਂ "ਸਰੀਰ ਦਿੱਤਾ ਗਿਆ ਹੈ ਅਤੇ ਲਹੂ ਪਾਪਾਂ ਦੀ ਮਾਫ਼ੀ ਲਈ ਵਹਾਇਆ ਗਿਆ ਹੈ।" ਦੁਨਿਆਵੀ ਖਾਣ ਤੇ ਪੀਣ ਨਾਲ ਇਹ ਸ਼ਬਦ ਇਸ ਪਵਿੱਤਰ ਮਸੀਹੀ ਰੀਤ ਅਮਇ ਰੱਬਾਨੀ ਦਾ ਕੇਦਰ ਤੇ ਸੰਖੇਪ ਨਿਚੋੜ ਹਨ:ਅਤੇ ਜੋ ਵਿਅਕਤੀ ਇੰਨਾ ਵਚਨਾਂ ਵਿੱਚ ਵਿਸ਼ਵਾਸ ਰੱਖਦਾ ਹੈ, ਜਿਵੇਂ ਕਿ ਲਿਖਿਆ ਤੇ ਸਪੱਸ਼ਟ ਕੀਤਾ ਗਿਆ ਹੈ, ਇਰ ਖਾਣ ਅਤੇ ਪੀਣ ਨਾਲ ਪਾਪਾਂ ਦੀ ਮਾਫ਼ੀ ਹੁੰਦੀ ਹੈ।

ਪ੍ਰਸਨ: ਇਸ ਅਸਾਇ ਰੱਬਾਨੀ ਨੂੰ ਕੌਣ ਪ੍ਰਾਪਤ ਕਰ ਸਕਦਾ ਹੈ ਤੇ ਕੌਣ ਇਸ ਮਸੀਹੀ ਰੀਤ ਦੇ ਕਾਬਿਲ ਹੈ?

ਉੱਤਰ: ਰੋਜਾ ਰੱਖਣਾ ਤੇ ਆਪਣੇ ਸਰੀਰ ਨੂੰ ਤਿਆਰ ਕਰਨਾ ਯਕੀਨੀ ਤੌਰ 'ਤੇ ਬਾਹਰੀ ਸਿਖਲਾਈ ਹੈ। ਪਰ ਜਿਸ ਨੂੰ ਇਹਨਾਂ ਵਚਨਾਂ ਵਿੱਚ ਵਿਸ਼ਵਾਸ ਹੈ ਕਿ ਪ੍ਰਭੂ ਦਾ ਸਰੀਰ ਤੇ ਉਸਦਾ ਲਹੂ ਜੋ ਤੁਹਾਡੇ ਪਾਪਾਂ ਦੀ ਮਾਫ਼ੀ ਲਈ ਵਹਾਇਆ ਗਿਆ ਹੈ' ਸਚਮੁੱਚ ਕਾਬਿਲ ਤੇ ਪੂਰੀ ਤਰ੍ਹਾਂ ਤਿਆਰ ਹੈ।

ਪਰ ਜਿਸਨੂੰ ਇਨ੍ਹਾਂ ਵਚਨਾਂ 'ਤੇ ਵਿਸ਼ਵਾਸ ਨਹੀਂ ਜਾ ਕਿਸੇ ਨੂੰ ਉਨ੍ਹਾਂ ਉੱਤੇ ਸ਼ੱਕ ਹੈ, ਉਹ ਇਸ ਦੇ ਖਾਣ ਪੀਣ ਦੇ ਕਾਬਿਲ ਨਹੀਂ ਹੈ।

ਰੋਜ਼ ਦੀਆ ਪਰਾਰਥਨ

ਘਰ ਦੇ ਮੁੱਖੀ ਨੂੰ ਆਪਣੇ ਪਰਿਵਾਰ ਨੂੰ ਸਵੇਰੇ ਉੱਠਦੇ ਹੀ ਤੇ ਸੌਣ ਲੱਗੇ ਪ੍ਰਾਰਥਨਾ ਕਰਨਾ ਸਿਖਾਣਾ ਚਾਹੀਦਾ ਹੈ

ਸਵੇਰ ਦੀ ਪਰਾਥਨਾ

ਸਵੇਰੇ ਉੱਠਦੇ ਹੀ ਪਵਿੱਤਰ ਸਲੀਬ ਨਾਲ ਆਪਣੇ ਆਪ ਨੂੰ ਅਸੀਸ ਦੇਵੇ ਤੇ ਆਖੇ:

ਪਰਮੇਸ਼ਵਰ ਪਿਤਾ, ਪੁੱਤਰ ਅਤੇ ਪਵਿੱਤਰ ਆਤਮਾ ਦੇ ਨਾਮ। ਆਮੀਨ।

ਤਦ ਗੋਡੇ ਟੇਕੋ ਜਾ ਖੜੇ ਰਹੋ, ਮਸੀਹੀ ਸਿਧਾਂਤ ਤੇ ਪਰਮੇਸ਼ਵਰ ਦੀ ਪਰਾਥਨਾ ਨੂੰ ਕਰੋ। ਜੇ ਤੁਸੀਂ ਪਸੰਦ ਕਰੋ ਤਾਂ ਤੁਸੀਂ ਇਸ ਨਿੱਕੀ ਪਰਾਥਨਾ ਵਿੱਚ ਜੋੜ ਸਕਦੇ ਹੋ:

ਮੇਰੇ ਸੁਰਗੀ ਪਿਤਾ, ਤੁਹਾਡੇ ਪੁੱਤਰ ਪ੍ਰਭੂ ਯਿਸੂ ਮਸੀਹ ਦੇ ਨਾਮ ਨਾਲ ਮੈ ਤੁਹਾਡਾ ਧੰਨਵਾਦ ਕਰਦਾ/ਕਰਦੀ ਹਾਂ, ਕਿ ਤੁਸੀਂ ਰਾਤ ਭਰ ਮੈਨੂੰ ਹਰ ਨੁਕਸਾਨ ਤੇ ਖਤਰੇ ਤੋਂ ਬਚਾਇਆ। ਮੈਂ ਪ੍ਰਾਰਥਨਾ ਕਰਦਾ/ਕਰਦੀ ਹਾਂ ਕਿ ਅੱਜ ਦਿਨ ਭਰ ਵੀ ਤੁਸੀਂ ਮੈਨੂੰ ਪਾਪ ਤੇ ਹਰੇਕ ਬੁਰਾਈ ਤੋਂ ਬਚਾਣਾ, ਮੇਰੇ ਸਭ ਕੰਮ ਤੇ ਜੀਵਨ ਤੁਹਾਨੂੰ ਪਸੰਦ ਆਏ। ਮੈਂ ਆਪਣਾ ਆਪ, ਆਪਣਾ ਸਰੀਰ ਤੇ ਆਤਮਾ ਤੇ ਹਰ ਚੀਜ਼ ਤੁਹਾਡੇ ਸਪੁਰਦ ਕਰਦਾ/ਕਰਦੀ ਹਾਂ। ਪਵਿੱਤਰ ਫਰਿਸ਼ਤਾ ਮੇਰੇ ਨਾਲ ਹੋਵੇਗਾ, ਇਸ ਲਈ ਕੋਈ ਵੀ ਸ਼ੈਤਾਨੀ ਦੁਸ਼ਮਣ ਮੇਰੇ 'ਤੇ ਭਾਰੂ ਨਾ ਹੋ ਸਕੇ। ਆਮੀਨ

ਫਿਰ ਖ਼ੁਸੀ ਨਾਲ ਅਪਣੇ ਕੰਮਾਂ ਤੇ ਜਾਏ । ਕੋਈ ਚੰਗਾ ਮਸੀਹੀ ਭਜਨ ਗਾਉ , ਜਿਸ ਤਰ੍ਹਾਂ ਲੂਥਰ ਦਾ ਭਜਨ. ਉਹ ਦਸ ਪਾਕ ਹੁਕਮ ਨੇ । ਜਾਂ ਫਿਰ ਆਪਦੀ ਰੋਜ਼ ਦੀ ਭਕਤੀ ਦੱਸਦੀ ਹੈ!

ਸ਼ਾਮ ਦੀ ਪ੍ਰਾਰਥਨਾ ਜਾਂ ਬੰਦਗੀ

ਸਾਮ ਨੂੰ ਜਦੋਂ ਤੁਸੀਂ ਸੌਣ ਲੱਗੋ, ਤੁਸੀਂ ਪਵਿੱਤਰ ਸਲੀਬ ਨਾਲ ਆਪਣੇ ਆਪ ਨੂੰ ਆਸੀਸ ਦੇਵੋ ਤੇ ਆਖੋ:

ਪਿਤਾ ਪਰਮੇਸਵਰ ਅਤੇ ਪੁੱਤਰ ਅਤੇ ਪਵਿੱਤਰ ਆਤਮਾ ਦੇ ਨਾਮ। ਆਮੀਨ।

ਗੋਡੇ ਟੇਕੋ ਜਾ ਖੜੇ ਰਹੋ, ਮਸੀਹੀ ਸਿਧਾਂਤ ਤੇ ਪ੍ਰਭੂ ਯਿਸੂ ਮਸੀਹ ਦੀ ਸਿਖਲਾਈ ਪ੍ਰਾਰਥਨਾ ਕਰੋ। ਜੇ ਤੁਸੀਂ ਪਸੰਦ ਕਰੋ, ਤਾਂ ਤੁਸੀਂ ਨਿੱਕੀ ਪ੍ਰਾਰਥਨਾ ਵਿੱਚ ਇਹ ਜੋੜ ਸਕਦੇ ਹੋ:

ਯਿਸੂ ਮਸੀਹ ਚ ਮੇਰੇ ਸੁਰਗੀ ਪਿਤਾ, ਮੈਂ ਤੁਹਾਡਾ ਧੰਨਵਾਦ ਕਰਦਾ/ਕਰਦੀ ਹਾਂ ਕਿ ਤੁਸੀਂ ਅੱਜ ਸਾਰਾ ਦਿਨ ਮੇਰੇ ਤੇ ਆਪਣੀ ਮਿਹਰ ਬਣਾ ਕੇ ਰੱਖੀ: ਅਤੇ ਮੇਰੀ ਪ੍ਰਾਰਥਨਾ ਹੈ ਕਿ ਮੇਰੇ ਸਾਰੇ ਗੁਨਾਹ ਮਾਫ ਕਰੋ, ਜੋ ਕੁਝ ਵੀ ਮੈਂ ਗਲਤ ਕੀਤਾ ਹੈ ਤੇ ਅੱਜ ਦੀ ਰਾਤ ਨੂੰ ਵੀ ਅਪਣੀ ਮਿਹਰ ਬਣਾ ਕੇ ਰ'ਖਣਾ। ਮੈਂ ਆਪਣੇ ਆਪ ਨੂੰ, ਮੇਰਾ ਜਿਸਮ ਤੇ ਆਤਮਾ ਤੇ ਹੋਰ ਸਾਰਿਆ ਚੀਜ਼ਾਂ ਤੁਹਾਡੇ ਹੱਥਾਂ ਵਿੱਚ ਸੌਂਪਦਾ/ਸੌਂਪਦੀ ਹਾਂ। ਤੁਹਾਡਾ ਪਵਿੱਤਰ ਫਰਿਸ਼ਤਾ ਮੇਰੇ ਨਾਲ ਹੋਵੇਗਾ, ਇਸ ਲਈ ਕੋਈ ਵੀ ਸ਼ੈਤਾਨੀ ਦੁਸ਼ਮਣ ਮੇਰੇ 'ਤੇ ਭਾਰੂ ਨਾ ਹੋ ਸਕੇ। ਆਮੀਨ।

ਫ਼ਿਰ ਤੁਰੰਤ ਖੁਸ਼ੀ ਨਾਲ ਸੌਂ ਜਾਵੋ।

ਘਰ ਦਾ ਮੁਖੀ ਅਪਣੇ ਪਰਿਵਾਰ ਨੂੰ ਸਮਝਾਵੇ ਕਿ ਕਿਵੇਂ ਅਸੀਸ ਮੰਗਣੀ ਹੈ ਤੇ ਸ਼ੁਕਰਾਨਾ ਕਿਵੇਂ ਮੋੜਨਾ ਹੈ।

ਅਸੀਸ ਮੰਗਣਾ

ਬੱਚੇ ਤੇ ਸੇਵਕ ਹੱਥ ਜੋੜ ਕੇ ਬਹੁਤ ਆਦਰ-ਸਤਿਕਾਰ ਨਾਲ ਭੋਜਨ ਦੀ ਮੇਜ ਤੇ ਜਾਣਗੇ ਅਤੇ ਆਖਣਗੇ:

ਹੇ ਪ੍ਰਭੂ, ਸਾਰੀਆਂ ਨਜਰਾਂ ਤੁਹਾਡੇ ਵੱਲ ਵੇਖਦੀਆਂ ਹਨ, ਤੇ ਤੁਸੀਂ ਉਨ੍ਹਾਂ ਨੂੰ ਵੇਲੇ ਸਿਰ ਖਾਣਾ ਦਿੰਦੇ ਹੋ: ਤੁਸੀਂ ਆਪਣਾ ਹੱਥ ਖੋਲ੍ਹਦੇ ਹੋ ਤੇ ਹਰੇਕ ਦੁਨਿਆਵੀ ਚੀਜ਼ ਦੀ ਇੱਛਾ ਰਹੇਕ ਜਾਨਵਰ ਦੀ ਜਰੂਰਤ ਅਨੁਸਾਰ ਸੰਤੁਸ਼ਟ ਕਰਦੇ ਹੋ।

'ਇੱਛਾ ਨੂੰ ਸੰਤੁਸ਼ਟ ਕਰਨ' ਦਾ ਮਤਲਬ ਹੈ ਕਿ ਸਾਰੇ ਜਾਨਵਰਾਂ ਨੂੰ ਖਾਣ ਲਈ ਇੰਨਾ ਜ਼ਿਆਦਾ ਮਿਲਦਾ ਹੈ ਕਿ ਉਹ ਇਸ ਕਾਰਨ ਖੁਸ਼ ਅਤੇ ਪਰਫੁੱਲਿਤ ਹਨ ਕਿਓਂਕਿ ਲਾਲਸਾ ਅਤੇ ਚਿੰਤਾਂ ਅਜਿਹੀ ਸੰਤੁਸ਼ਟੀ ਵਿੱਚ ਰੁਕਾਵਟ ਪਾਉਂਦੇ ਹਨ !

ਫ਼ਿਰ ਪ੍ਰਭੂ ਦੀ ਸਿਖਲਾਈ ਪ੍ਰਾਰਥਨਾ ਬੋਲੋ ਤੇ ਫ਼ਿਰ ਹੇਠਾਂ ਦਿੱਤੀ ਪ੍ਰਾਰਥਨਾ:

ਸਰਬਸ਼ਕਤੀਮਾਨ ਪਰਮੇਸ਼ਵਰ, ਸੁਰਗੀ ਪਿਤਾ, ਸਾਨੂੰ ਅਸੀਸ ਦੇਵੋ ਤੇ ਇਹ ਤੁਹਾਡੇ ਤੋਹਫੇ, ਜਿਹੜੇ ਅਸੀਂ ਸਾਡੇ ਪ੍ਰਭੂ ਯਿਸੂ ਮਸੀਹ ਦੇ ਨਾਮ ਨਾਲ ਤੁਹਾਡੀ ਭਰਪੂਰ ਭਲਾਈ ਚੋ ਪਾਏ ਹਨ। ਆਮੀਨ

ਸ਼ੁਕਰਾਨਾ ਮੋੜਨਾ

ਇਸੇ ਤਰ੍ਹਾਂ ਖਾਣੇ ਦੇ ਬਾਅਦ ਹੱਥ ਜੋੜ ਕੇ ਆਦਰ ਸਤਿਕਾਰ ਨਾਲ ਆਖਣਗੇ:

ਹੇ ਪਰਮੇਸ਼ਵਰ ਅਸੀਂ ਤੁਹਾਡਾ ਧੰਨਵਾਦ ਕਰਦੇ ਹਾਂ ਕਿਉਂਕਿ ਤੁਸੀਂ ਭਲੇ ਹੋ, ਉਸ ਦੀ ਦਯਾ ਸਦਾ ਦੀ ਹੈ। ਉਹ ਹਰੇਕ ਜਾਨਦਾਰ ਨੂੰ ਖਾਣ ਲਈ ਦਿੰਦੇ ਹਨ, ਉਹ ਜੰਗਲੀ ਜਾਨਵਰ ਨੂੰ ਵੀ ਉਸਦਾ ਖਾਣਾ ਸਮੇਂ ਤੇ ਦਿੰਦੇ ਉਹ ਕਾਂ ਕਾਂ ਕਰਨ ਵਾਲੇ ਉਸ ਕਾਂ ਨੂੰ ਵੀ ਦਿੰਦੇ ਹੋ। ਉਹ ਘੋੜੇ ਦੀ ਤਾਕਤ ਜਾ ਕਿਸੇ ਵਿਅਕਤੀ ਦੀਆਂ ਲੱਤਾਂ ਦੇਖ ਕਿ ਖੁਸ਼ ਨਹੀ ਹੁੰਦਾ ਹੈ। ਪਰਮੇਸ਼ਵਰ ਨੂੰ ਖੁਸ਼ੀ ਸਿਰਫ਼ ਉਨ੍ਹਾਂ ਤੋਂ ਮਿਲਦੀ ਹੈ ਜੋ ਉਸ ਤੋਂ ਡਰਦੇ ਤੇ ਉਸਦੀ ਦਯਾ ਦੀ ਆਸ ਰੱਖਦੇ ਹਨ।

ਫ਼ਿਰ ਪ੍ਰਭੂ ਦੀ ਪ੍ਰਾਰਥਨਾ ਬੋਲੇ ਤੇ ਫ਼ਿਰ ਹੇਠਾਂ ਦਿੱਤੀ ਪ੍ਰਾਰਥਨਾ:

ਹੇ ਪਿਤਾ ' ਅਸੀਂ ਤੁਹਾਡਾ ਧੰਨਵਾਦ ਕਰਦੇ ਹਾਂ, ਸਾਡੇ ਪ੍ਰਭੂ ਯਿਸੂ ਮਸੀਹ ਦੇ ਨਾਮ ਨਾਲ ਤੁਹਾਡੇ ਤੋਂ ਮਿਲਿਆਂ ਹਰ ਤਰ੍ਹਾਂ ਦੀਆਂ ਨਿਆਮਤਾ ਲਈ, ਜੋ ਸਦਾ ਜੀਵਤ ਹੈ ਤੇ ਸਦਾ ਸਦਾ ਤੋ ਰਾਜ ਕਰਦੇ ਆ ਰਿਹਾ ਹੈ। ਆਮੀਨ।

ਡਿਊਟੀਆਂ ਦੀ ਸਾਰਣੀ ਵੱਖ-ਵੱਖ

ਪਵਿੱਤਰ ਆਦੇਸ਼ਾਂ ਅਤੇ ਅਹੁਦਿਆਂ ਲਈ ਧਰਮ-ਗ੍ਰੰਥ ਦੇ ਕੁਝ ਅੰਸ਼, ਉਨ੍ਹਾਂ ਨੂੰ ਉਨ੍ਹਾਂ ਦੇ ਕਰਤੱਵਾਂ ਅਤੇ ਜ਼ਿੰਮੇਵਾਰੀਆਂ ਬਾਰੇ ਸਲਾਹ ਦਿੰਦੇ ਹਨ

ਬਿਸ਼ਪਾਂ, ਪਾਸਟਰਾਂ ਅਤੇ ਪ੍ਰਚਾਰਕਾਂ ਲਈ

'ਫਿਰ ਇੱਕ ਬਿਸ਼ਪ ਨੂੰ ਨਿਰਦੋਸ਼ ਹੋਣਾ ਚਾਹੀਦਾ ਹੈ, ਇੱਕ ਪਤਨੀ ਦਾ ਪਤੀ, ਸੰਜਮੀ, ਸੰਜਮ ਵਾਲਾ, ਚੰਗੇ ਵਿਵਹਾਰ ਦਾ, ਪਰਾਹੁਣਚਾਰੀ, ਸਿਖਾਉਣ ਦੇ ਯੋਗ; ਸ਼ਰਾਬ ਨੂੰ ਨਹੀਂ ਦਿੱਤਾ ਗਿਆ, ਹਿੰਸਕ ਨਹੀਂ, ਪੈਸੇ ਦਾ ਲਾਲਚੀ ਨਹੀਂ, ਪਰ ਕੋਮਲ, ਝਗੜਾਲੂ ਨਹੀਂ, ਲੋਭੀ ਨਹੀਂ; ਇੱਕ ਜੋ ਆਪਣੇ ਘਰ ਉੱਤੇ ਚੰਗੀ ਤਰ੍ਹਾਂ ਪ੍ਰਬੰਧ ਕਰਦਾ ਹੈ, ਆਪਣੇ ਬੱਚਿਆਂ ਨੂੰ ਪੂਰੀ ਸ਼ਰਧਾ ਨਾਲ ਅਧੀਨ ਰੱਖਦਾ ਹੈ (ਕਿਉਂਕਿ ਜੇਕਰ ਇੱਕ ਆਦਮੀ ਆਪਣੇ ਘਰ ਨੂੰ ਪ੍ਰਬੰਧਿਤ ਕਰਨਾ ਨਹੀਂ ਜਾਣਦਾ, ਤਾਂ ਉਹ ਪਰਮੇਸ਼ੁਰ ਦੇ ਚਰਚ ਦੀ ਦੇਖਭਾਲ ਕਿਵੇਂ ਕਰੇਗਾ?); ਕੋਈ ਨਵਾਂ ਵਿਸ਼ਵਾਸੀ ਨਹੀਂ, ਅਜਿਹਾ ਨਾ ਹੋਵੇ ਕਿ ਉਹ ਹੰਕਾਰ ਨਾਲ ਫੁੱਲੇ ਹੋਏ ਸ਼ੈਤਾਨ ਵਾਂਗ ਹੀ ਨਿੰਦਿਆ ਵਿੱਚ ਪੈ ਜਾਵੇ। ਇਸ ਤੋਂ ਇਲਾਵਾ, ਉਸ ਕੋਲ ਬਾਹਰਲੇ ਲੋਕਾਂ ਵਿੱਚ ਚੰਗੀ ਗਵਾਹੀ ਹੋਣੀ ਚਾਹੀਦੀ ਹੈ, ਕਿਤੇ ਉਹ ਬਦਨਾਮੀ ਅਤੇ ਸ਼ੈਤਾਨ ਦੇ ਫੰਦੇ ਵਿੱਚ ਨਾ ਫਸ ਜਾਵੇ।' 1 ਤਿਮੋਥਿਉਸ 3:2-7.

'ਕਿਉਂਕਿ ਇੱਕ ਬਿਸ਼ਪ ਨੂੰ ਨਿਰਦੋਸ਼ ਹੋਣਾ ਚਾਹੀਦਾ ਹੈ, ਪਰਮੇਸ਼ਵਰ ਦੇ ਮੁਖ਼ਤਿਆਰ ਵਜੋਂ, ਸਵੈ-ਇੱਛਾ ਵਾਲਾ ਨਹੀਂ, ਤੇਜ਼ ਗੁੱਸੇ ਵਾਲਾ ਨਹੀਂ, ਪਿਆਕੜ ਨਹੀਂ, ਹਿੰਸਕ ਨਹੀਂ, ਪੈਸੇ ਦਾ ਲਾਲਚੀ ਨਹੀਂ, ਸਗੋਂ ਪਰਾਹੁਣਚਾਰੀ, ਚੰਗੇ ਕੰਮਾਂ ਦਾ ਪ੍ਰੇਮੀ, ਸੰਜਮ ਵਾਲਾ ਹੋਣਾ ਚਾਹੀਦਾ ਹੈ। , ਨਿਆਂਪੂਰਣ, ਪਵਿੱਤਰ, ਸੰਜਮੀ, ਵਫ਼ਾਦਾਰ ਬਚਨ ਨੂੰ ਫੜੀ ਰੱਖਦਾ ਹੈ ਜਿਵੇਂ ਕਿ ਉਸਨੂੰ ਸਿਖਾਇਆ ਗਿਆ ਹੈ, ਤਾਂ ਜੋ ਉਹ ਸਹੀ ਸਿੱਖਿਆ ਨਾਲ ਉਪਦੇਸ਼ ਕਰੇ ਨਾਲੇ ਤੇ ਵਿਰੋਧੀਆਂ ਨੂੰ ਕਾਇਲ ਕਰ ਸਕੇ ਤੀਤੁਸ 1:7-9

ਸੁਣਨ ਵਾਲਿਆਂ ਦਾ ਆਪਣੇ ਪਾਦਰੀ ਦਾ ਕੀ ਰਿਣ ਹੈ

'ਇਸੇ ਪ੍ਰਕਾਰ ਪ੍ਰਭੂ ਨੇ ਖੁਸ਼ਖ਼ਬਰੀ ਦੇ ਪਰਚਾਰਕਾਂ ਲਈ ਇਹ ਹੁਕਮ ਦਿੱਤਾ ਹੈ ਭਈ ਖ਼ੁਸ਼ਖ਼ਬਰੀ ਤੋਂ ਹੀ ਗੁਜ਼ਾਰਾ ਕਰਨ' 1 ਕੁਰਿੰਥਿਆ 9:14.

'ਜੇੜਾ ਬਾਨੀ ਦੀ ਸਿਖਿਆ ਲੈਂਦਾ ਹੈ ਉਹ ਸਿੱਖਾਉਣ ਵਾਲੇ ਨੂੰ ਸਾਰੀਆਂ ਪਦਾਰਥਾਂ ਵਿਚ ਸਾਂਝੀ ਕਰੇ ' ਗਲਾਤੀਆਂ 6:6.

'ਓਹ ਬਜ਼ੁਰਗ ਜਿਹੜੇ ਚੰਗਾ ਪਰਬੰਧ ਕਰਦੇ ਹਨ ਦੂਣੇ ਆਦਰ ਦੇ ਜੋਗ ਸਮਝੇ ਜਾਣ ਪਰ ਖਾਸ ਕਰਕੇ ਓਹ ਜਿਹੜੇ ਬਚਨ ਸੁਣਾਉਣ ਅਤੇ ਸਿੱਖਿਆ ਦੇਣ ਵਿੱਚ ਮਿਹਨਤ ਕਰਦੇ ਹਨ। ਕਿਉਂ ਜੋ ਧਰਮ ਪੁਸਤਕ ਇਹ ਆਖਦੀ ਹੈ ਭਈ ਤੂੰ ਗਾਹੁੰਦੇ ਹੋਏ ਬਲਦ ਦੇ ਮੂੰਹ ਛਿੱਕਲੀ ਨਾ ਚਾੜ੍ਹ, ਨਾਲੇ ਇਹ ਭਈ ਕਾਮਾ ਆਪਣੀ ਮਜੂਰੀ ਦਾ ਹੱਕਦਾਰ ਹੈ।' 1 ਤਿਮੋਥਿਉਸ 5:17-18.

'ਤੁਸੀਂ ਆਪਣੇ ਆਗੂਆਂ ਦੀ ਆਗਿਆਕਾਰੀ ਕਰੋ ਅਤੇ ਓਹਨਾਂ ਦੇ ਅਧੀਨ ਰਹੋ ਕਿਉਂ ਜੋ ਓਹ ਉਨ੍ਹਾਂ ਵਾਂਙੁ ਜਿਨ੍ਹਾਂ ਲੇਖਾ ਦੇਣਾ ਹੈ ਤੁਹਾਡੀਆਂ ਜਾਨਾਂ ਦੇ ਨਮਿੱਤ ਜਾਗਦੇ ਰਹਿੰਦੇ ਹਨ ਭਈ ਓਹ ਇਹ ਕੰਮ ਅਨੰਦ ਨਾਲ ਕਰਨ, ਨਾ ਹਾਉਕੇ ਭਰ ਭਰ ਕੇ ਕਿਉਂ ਜੋ ਇਹ ਤੁਹਾਡੇ ਲਈ ਲਾਭਵੰਤ ਨਹੀਂ। ਸਾਡੇ ਲਈ ਪ੍ਰਾਰਥਨਾ ਕਰੋ ਕਿਉਂ ਜੋ ਸਾਨੂੰ ਨਿਹਚਾ ਹੈ ਭਈ ਸਾਡਾ ਅੰਤਹਕਰਨ ਸ਼ੁੱਧ ਹੈ ਅਤੇ ਅਸੀਂ ਸਾਰੀਆਂ ਗੱਲਾਂ ਵਿੱਚ ਨੇਕੀ ਨਾਲ ਉਮਰ ਬਤੀਤ ਕਰਨੀ ਚਾਹੁੰਦੇ ਹਾਂ।' ਇਬਰਾਨੀਆਂ 13:17-18.

ਸਿਵਲ ਸਰਕਾਰ ਬਾਰੇ

'ਹਰੇਕ ਆਤਮਾ ਨੂੰ ਪ੍ਰਬੰਧਕ ਅਧਿਕਾਰੀਆਂ ਦੇ ਅਧੀਨ ਰਹਿਣ ਦਿਓ। ਕਿਉਂਕਿ ਪਰਮੇਸ਼ੁਰ ਤੋਂ ਬਿਨਾਂ ਕੋਈ ਅਧਿਕਾਰ ਨਹੀਂ ਹੈ, ਅਤੇ ਜੋ ਅਧਿਕਾਰ ਮੌਜੂਦ ਹਨ ਉਹ ਪਰਮੇਸ਼ੁਰ ਦੁਆਰਾ ਨਿਯੁਕਤ ਕੀਤੇ ਗਏ ਹਨ। ਇਸ ਲਈ ਜੋ ਕੋਈ ਵੀ ਅਧਿਕਾਰ ਦਾ ਵਿਰੋਧ ਕਰਦਾ ਹੈ ਉਹ ਪਰਮੇਸ਼ੁਰ ਦੇ ਹੁਕਮ ਦਾ ਵਿਰੋਧ ਕਰਦਾ ਹੈ, ਅਤੇ ਜਿਹੜੇ ਵਿਰੋਧ ਕਰਦੇ ਹਨ ਉਹ ਆਪਣੇ ਆਪ ਨੂੰ ਸਜ਼ਾ ਦੇਣਗੇ. ਕਿਉਂਕਿ ਸ਼ਾਸਕ ਚੰਗੇ ਕੰਮਾਂ ਲਈ ਨਹੀਂ, ਸਗੋਂ ਬੁਰਾਈਆਂ ਲਈ ਡਰਦੇ ਹਨ। ਕੀ ਤੁਸੀਂ ਅਧਿਕਾਰੀ ਤੋਂ ਡਰਨਾ

ਚਾਹੁੰਦੇ ਹੋ? ਉਹੀ ਕਰੋ ਜੋ ਚੰਗਾ ਹੈ, ਅਤੇ ਉਸੇ ਤੋਂ ਤੁਹਾਡੀ ਉਸਤਤ ਹੋਵੇਗੀ। ਕਿਉਂਕਿ ਉਹ ਤੁਹਾਡੇ ਭਲੇ ਲਈ ਪਰਮੇਸ਼ੁਰ ਦਾ ਸੇਵਕ ਹੈ। ਪਰ ਜੇ ਤੁਸੀਂ ਬੁਰਾ ਕਰਦੇ ਹੋ, ਤਾਂ ਡਰੋ; ਕਿਉਂਕਿ ਉਹ ਤਲਵਾਰ ਨੂੰ ਵਿਅਰਥ ਨਹੀਂ ਚੁੱਕਦਾ। ਕਿਉਂਕਿ ਉਹ ਪਰਮੇਸ਼ੁਰ ਦਾ ਸੇਵਕ ਹੈ, ਜੋ ਬੁਰਾਈ ਕਰਨ ਵਾਲੇ ਉੱਤੇ ਕ੍ਰੋਧ ਕਰਨ ਲਈ ਬਦਲਾ ਲੈਣ ਵਾਲਾ ਹੈ।' ਰੋਮੀਆਂ 13:1-4.

ਮੈਜਿਸਟਰੇਟਾਂ ਨੂੰ ਕਿਹੜੇ ਵਿਸ਼ੇ ਦੇਣਦਾਰ ਹਨ

'ਇਸ ਲਈ ਉਹ ਚੀਜ਼ਾਂ ਕੈਸਰ ਨੂੰ ਦਿਓ ਜੋ ਕੈਸਰ ਦੀਆਂ ਹਨ, ਅਤੇ ਜਿਹੜੀਆਂ ਚੀਜ਼ਾਂ ਪਰਮੇਸ਼ੁਰ ਦੀਆਂ ਹਨ ਉਹ ਪਰਮੇਸ਼ੁਰ ਨੂੰ ਦਿਓ।' ਮੱਤੀ 22:21.

'ਇਸ ਲਈ ਤੁਹਾਨੂੰ ਸਿਰਫ਼ ਕ੍ਰੋਧ ਦੇ ਕਾਰਨ ਹੀ ਨਹੀਂ, ਸਗੋਂ ਜ਼ਮੀਰ ਦੇ ਕਾਰਨ ਵੀ ਅਧੀਨ ਹੋਣਾ ਚਾਹੀਦਾ ਹੈ। ਇਸ ਲਈ ਤੁਸੀਂ ਟੈਕਸ ਵੀ ਅਦਾ ਕਰਦੇ ਹੋ, ਕਿਉਂਕਿ ਉਹ ਪਰਮੇਸ਼ੁਰ ਦੇ ਸੇਵਕ ਹਨ ਜੋ ਇਸ ਗੱਲ ਲਈ ਨਿਰੰਤਰ ਹਾਜ਼ਰ ਰਹਿੰਦੇ ਹਨ। ਇਸ ਲਈ ਉਨ੍ਹਾਂ ਦਾ ਸਾਰਾ ਹੱਕ ਦਿਓ: ਟੈਕਸ ਜਿਨ੍ਹਾਂ ਨੂੰ ਟੈਕਸ ਦੇਣਾ ਪੈਂਦਾ ਹੈ, ਰੀਤੀ-ਰਿਵਾਜ ਜਿਨ੍ਹਾਂ ਨੂੰ ਰੀਤੀ-ਰਿਵਾਜ, ਜਿਸ ਤੋਂ ਡਰਦੇ ਹਨ, ਉਨ੍ਹਾਂ ਦਾ ਆਦਰ ਕਰਦੇ ਹਨ।' ਰੋਮੀਆਂ 13:5-7.

'ਇਸ ਲਈ ਮੈਂ ਸਭ ਤੋਂ ਪਹਿਲਾਂ ਬੇਨਤੀ ਕਰਦਾ ਹਾਂ ਕਿ ਪ੍ਰਾਰਥਨਾਵਾਂ, ਬੇਨਤੀਆਂ ਅਤੇ ਧੰਨਵਾਦ ਸਾਰੇ ਮਨੁੱਖਾਂ ਲਈ, ਰਾਜਿਆਂ ਅਤੇ ਸਾਰੇ ਅਧਿਕਾਰੀਆਂ ਲਈ ਕੀਤੇ ਜਾਣ, ਤਾਂ ਜੋ ਅਸੀਂ ਸਾਰੇ ਧਰਮ ਅਤੇ ਸ਼ਰਧਾ ਨਾਲ ਇੱਕ ਸ਼ਾਂਤ ਅਤੇ ਸ਼ਾਂਤੀਪੂਰਨ ਜੀਵਨ ਜੀ ਸਕੀਏ।' ਤਿਮੋਥਿਉਸ 2:1-2.

'ਉਨ੍ਹਾਂ ਨੂੰ ਯਾਦ ਕਰਾਓ ਕਿ ਉਹ ਹਾਕਮਾਂ ਅਤੇ ਅਧਿਕਾਰੀਆਂ ਦੇ ਅਧੀਨ ਹੋਣ, ਆਗਿਆਕਾਰੀ ਹੋਣ, ਹਰ ਚੰਗੇ ਕੰਮ ਲਈ ਤਿਆਰ ਰਹਿਣ, ਕਿਸੇ ਦੀ ਬੁਰਾਈ ਨਾ ਕਰਨ, ਸ਼ਾਂਤੀਪੂਰਨ, ਕੋਮਲ ਅਤੇ ਸਭ ਮਨੁੱਖਾਂ ਨਾਲ ਪੂਰੀ ਨਿਮਰਤਾ ਦਿਖਾਉਣ।' ਤੀਤੁਸ 3:1-2.

'ਇਸ ਲਈ ਆਪਣੇ ਆਪ ਨੂੰ ਪ੍ਰਭੂ ਦੀ ਖ਼ਾਤਰ ਮਨੁੱਖ ਦੇ ਹਰ ਹੁਕਮ ਦੇ ਅਧੀਨ ਹੋਵੋ, ਭਾਵੇਂ ਉਹ ਰਾਜੇ ਦੇ ਸਭ ਤੋਂ ਉੱਚੇ ਹੋਣ, ਜਾਂ ਰਾਜਪਾਲਾਂ ਦੇ, ਜਿਵੇਂ ਕਿ ਉਨ੍ਹਾਂ ਨੂੰ ਜਿਹੜੇ ਉਸ ਦੁਆਰਾ ਦੁਸ਼ਟਾਂ ਦੀ ਸਜ਼ਾ ਅਤੇ ਚੰਗੇ ਕੰਮ ਕਰਨ ਵਾਲਿਆਂ ਦੀ ਪ੍ਰਸ਼ੰਸਾ ਲਈ ਭੇਜੇ ਗਏ ਹਨ. ਕਿਉਂ ਜੋ ਪਰਮੇਸ਼ੁਰ ਦੀ ਇਹ ਇੱਛਾ ਹੈ ਕਿ ਤੁਸੀਂ ਭਲਾ ਕਰ ਕੇ ਮੂਰਖ ਮਨੁੱਖਾਂ ਦੀ ਅਗਿਆਨਤਾ ਨੂੰ ਚੁੱਪ ਕਰ ਸਕੋ। 1 ਪਤਰਸ 2:13-15

ਪਤੀਆਂ ਲਈ

'ਇਸੇ ਤਰ੍ਹਾਂ, ਪਤੀ ਸਮਝਦਾਰੀ ਨਾਲ ਉਨ੍ਹਾਂ ਦੇ ਨਾਲ ਰਹਿਣ, ਪਤਨੀ ਦਾ ਆਦਰ ਕਰਨ, ਕਮਜ਼ੋਰ ਭਾਂਡੇ ਦੀ ਤਰ੍ਹਾਂ, ਅਤੇ ਜੀਵਨ ਦੀ ਕਿਰਪਾ ਦੇ ਵਾਰਸ ਹੋਣ ਲਈ, ਤਾਂ ਜੋ ਤੁਹਾਡੀਆਂ ਪ੍ਰਾਰਥਨਾਵਾਂ ਵਿੱਚ ਰੁਕਾਵਟ ਨਾ ਆਵੇ।' 1 ਪਤਰਸ 3:7.

'ਹੇ ਪਤੀਓ, ਆਪਣੀਆਂ ਪਤਨੀਆਂ ਨਾਲ ਪਿਆਰ ਕਰੋ ਅਤੇ ਉਨ੍ਹਾਂ ਨਾਲ ਕੁੜੱਤਣ ਨਾ ਕਰੋ।' ਕੁਲੁੱਸੀਆਂ. 3:19.

ਪਤਨੀਆਂ ਲਈ

'ਹੇ ਪਤਨੀਓ, ਆਪਣੇ ਆਪ ਨੂੰ ਆਪਣੇ ਪਤੀਆਂ ਦੇ ਅਧੀਨ ਕਰੋ ਜਿਵੇਂ ਪ੍ਰਭੂ ਦੇ ਅਧੀਨ ਹੋਵੋ।' ਅਫ਼ਸੀਆਂ 5:22.

'ਪਤਨੀਓ, ਇਸੇ ਤਰ੍ਹਾਂ, ਆਪਣੇ ਪਤੀਆਂ ਦੇ ਅਧੀਨ ਰਹੋ ... ਜਿਵੇਂ ਸਾਰਾਹ ਨੇ ਅਬਰਾਹਾਮ ਦਾ ਕਹਿਣਾ ਮੰਨਿਆ, ਉਸ ਨੂੰ ਪ੍ਰਭੂ ਕਿਹਾ, ਜਿਸ ਦੀਆਂ ਧੀਆਂ ਤੁਸੀਂ ਹੋ ਜੇ ਤੁਸੀਂ ਚੰਗੇ ਕੰਮ ਕਰਦੇ ਹੋ ਅਤੇ ਕਿਸੇ ਡਰ ਤੋਂ ਨਹੀਂ ਡਰਦੇ ਹੋ।' 1 ਪੀਟਰ 3: 1, 6.

ਮਾਪਿਆਂ ਲਈ

'ਅਤੇ ਪਿਤਾਓ, ਤੁਸੀਂ ਆਪਣੇ ਬੱਚਿਆਂ ਨੂੰ ਕ੍ਰੋਧ ਵਿੱਚ ਨਾ ਭੜਕਾਓ, ਸਗੋਂ ਪ੍ਰਭੂ ਦੀ ਸਿੱਖਿਆ ਅਤੇ ਉਪਦੇਸ਼ ਵਿੱਚ ਉਨ੍ਹਾਂ ਦੀ ਪਰਵਰਿਸ਼ ਕਰੋ।' ਅਫ਼ਸੀਆਂ 6:4.

ਬੱਚਿਆਂ ਲਈ

ਬਾਲਕੋ, ਤੁਸੀਂ ਪ੍ਰਭੂ ਵਿੱਚ ਆਪਣੇ ਮਾਪਿਆਂ ਦੇ ਆਗਿਆਕਾਰ ਰਹੋ ਕਿਉਂ ਜੋ ਇਹ ਧਰਮ ਦੀ ਗੱਲ ਹੈ। ਤੂੰ ਆਪਣੇ ਮਾਂ ਪਿਉ ਦਾ ਆਦਰ ਕਰ ਭਈ ਤੇਰਾ ਭਲਾ ਹੋਵੇ ਅਰ ਧਰਤੀ ਉੱਤੇ ਤੇਰੀ ਉਮਰ ਲੰਮੀ ਹੋਵੇ। ਇਹ ਵਾਇਦੇ ਨਾਲ ਪਹਿਲਾ ਹੁਕਮ ਹੈ। ਅਫ਼ਸੀਆਂ 6:1-3.

ਮਰਦ ਅਤੇ ਔਰਤ ਨੌਕਰਾਂ, ਭਾੜੇ ਦੇ ਪੁਰਸ਼ਾਂ ਅਤੇ ਮਜ਼ਦੂਰਾਂ ਲਈ

ਹੇ ਨੌਕਰੋ, ਤੁਸੀਂ ਸਭਨੀਂ ਗੱਲੀਂ ਆਪਣੇ ਸੰਸਾਰਕ ਮਾਲਕਾਂ ਦੀ ਆਗਿਆਕਾਰੀ ਕਰੋ ਅਤੇ ਮਨੁੱਖਾਂ ਦੇ ਰਿਝਾਉਣ ਵਾਲਿਆਂ ਵਾਂਙੁ ਵਿਖਾਵੇ ਦੀ ਨੌਕਰੀ ਨਹੀਂ ਸਗੋਂ ਮਨ ਦੀ ਸਫ਼ਾਈ ਨਾਲ ਪ੍ਰਭੂ ਦੇ ਭੈ ਨਾਲ ਕਰੋ। ਜੋ ਕੁਝ ਤੁਸੀਂ ਕਰੋ ਸੋ ਚਿੱਤ ਲਾ ਕੇ ਪ੍ਰਭੂ ਦੇ ਲਈ ਕਰੋ, ਨਾ ਮਨੁੱਖਾਂ ਦੇ ਲਈ। ਕਿਉਂਕਿ ਤੁਸੀਂ ਜਾਣਦੇ ਹੋ ਭਈ ਤੁਹਾਨੂੰ ਪ੍ਰਭੂ ਤੋਂ ਅਧਕਾਰ ਦਾ ਫਲ ਮਿਲੇਗਾ। ਤੁਸੀਂ ਮਸੀਹ ਪ੍ਰਭੂ ਦੀ ਸੇਵਾ ਕਰਦੇ ਹੋ। ਕੁਲੁੱਸੀਆਂ 3:22-24

ਮਾਸਟਰਜ਼ ਅਤੇ ਮਾਲਕਣ ਲਈ

'ਅਤੇ ਮਾਲਕੋ, ਤੁਸੀਂ ਉਨ੍ਹਾਂ ਨਾਲ ਉਹੀ ਕੰਮ ਕਰੋ, ਧਮਕਾਉਣਾ ਛੱਡ ਦਿਓ, ਇਹ ਜਾਣਦੇ ਹੋਏ ਕਿ ਤੁਹਾਡਾ ਆਪਣਾ ਮਾਲਕ ਵੀ ਸਵਰਗ ਵਿੱਚ ਹੈ, ਅਤੇ ਉਸ ਨਾਲ ਕੋਈ ਪੱਖਪਾਤ ਨਹੀਂ ਹੈ।' ਅਫ਼ਸੀਆਂ 6:9.

'ਮਾਲਕ, ਆਪਣੇ ਨੌਕਰਾਂ ਨੂੰ ਉਹੀ ਦਿਓ ਜੋ ਸਹੀ ਅਤੇ ਨਿਰਪੱਖ ਹੈ, ਇਹ ਜਾਣਦੇ ਹੋਏ ਕਿ ਸਵਰਗ ਵਿੱਚ ਤੁਹਾਡਾ ਵੀ ਇੱਕ ਮਾਲਕ ਹੈ।' ਕੁਲੁੱਸੀਆਂ 4:1.

ਆਮ ਤੌਰ 'ਤੇ ਨੌਜਵਾਨ ਵਿਅਕਤੀਆਂ ਲਈ

'ਇਸੇ ਤਰ੍ਹਾਂ ਤੁਸੀਂ ਨੌਜਵਾਨੋ, ਆਪਣੇ ਆਪ ਨੂੰ ਆਪਣੇ ਬਜ਼ੁਰਗਾਂ ਦੇ ਅਧੀਨ ਕਰੋ। ਹਾਂ, ਤੁਸੀਂ ਸਾਰੇ ਇੱਕ ਦੂਜੇ ਦੇ ਅਧੀਨ ਹੋਵੋ, ਅਤੇ ਨਿਮਰਤਾ ਦੇ ਕੱਪੜੇ ਪਹਿਨੋ, ਕਿਉਂਕਿ "ਪਰਮੇਸ਼ੁਰ ਹੰਕਾਰੀਆਂ ਦਾ ਵਿਰੋਧ ਕਰਦਾ ਹੈ, ਪਰ ਨਿਮਰ ਲੋਕਾਂ ਤੇ ਕਿਰਪਾ ਕਰਦਾ ਹੈ।" ਇਸ ਲਈ ਆਪਣੇ ਆਪ ਨੂੰ ਪਰਮੇਸ਼ੁਰ ਦੇ ਬਲਵਾਨ ਹੱਥ ਹੇਠ ਨੀਵਾਂ ਕਰੋ, ਤਾਂ ਜੋ ਉਹ ਤੁਹਾਨੂੰ ਸਮੇਂ ਸਿਰ ਉੱਚਾ ਕਰੇ।' 1 ਪਤਰਸ 5:5-6.

ਵਿਧਵਾਵਾਂ ਲਈ

'ਹੁਣ ਉਹ ਜੋ ਸੱਚਮੁੱਚ ਇੱਕ ਵਿਧਵਾ ਹੈ, ਅਤੇ ਇਕੱਲੀ ਰਹਿ ਗਈ ਹੈ, ਪਰਮੇਸ਼ੁਰ ਵਿੱਚ ਭਰੋਸਾ ਰੱਖਦੀ ਹੈ ਅਤੇ ਦਿਨ-ਰਾਤ ਬੇਨਤੀਆਂ ਅਤੇ ਪ੍ਰਾਰਥਨਾਵਾਂ ਵਿੱਚ ਲੱਗੀ ਰਹਿੰਦੀ ਹੈ। ਪਰ ਉਹ ਜੋ ਮੌਜ-ਮਸਤੀ ਵਿੱਚ ਰਹਿੰਦੀ ਹੈ ਉਹ ਜਿਉਂਦੇ ਜੀ ਮਰ ਚੁੱਕੀ ਹੈ।' 1 ਤਿਮੋਥਿਉਸ 5:5-6.

ਸਾਰਿਆਂ ਲਈ ਸਾਂਝਾ

'ਇੱਕ ਦੂਏ ਨੂੰ ਪਿਆਰ ਕਰਨ ਤੋਂ ਸਿਵਾਏ ਕਿਸੇ ਹੋਰ ਦੇ ਦੇਣਦਾਰ ਨਾ ਹੋਵੋ, ਕਿਉਂਕਿ ਜਿਹੜਾ ਦੂਸਰਿਆਂ ਨੂੰ ਪਿਆਰ ਕਰਦਾ ਹੈ, ਉਸਨੇ ਨੇਮ ਨੂੰ ਪੂਰਾ ਕੀਤਾ ਹੈ। ਹੁਕਮਾਂ ਲਈ, "ਤੂੰ ਵਿਭਚਾਰ ਨਾ ਕਰ," "ਤੂੰ ਕਤਲ ਨਾ ਕਰ," "ਤੂੰ ਚੋਰੀ ਨਾ ਕਰ," "ਤੂੰ ਝੂਠੀ ਗਵਾਹੀ ਨਾ ਦੇਵੀਂ," "ਤੂੰ ਲਾਲਚ ਨਾ ਕਰ," ਅਤੇ ਜੇ ਕੋਈ ਹੋਰ ਹੁਕਮ ਹੈ, ਸਾਰੇ ਇਸ ਕਹਾਵਤ ਵਿੱਚ ਸਾਰ ਦਿੱਤੇ ਗਏ ਹਨ, ਅਰਥਾਤ, "ਤੂੰ ਆਪਣੇ ਗੁਆਂਢੀ ਨੂੰ ਆਪਣੇ ਜਿਹਾ ਪਿਆਰ ਕਰ।"' ਰੋਮੀਆਂ 13:8-9.

'ਮੈਂ ਸਭ ਤੋਂ ਪਹਿਲਾਂ ਤਾਕੀਦ ਕਰਦਾ ਹਾਂ ਕਿ ਸਭਨਾਂ ਮਨੁੱਖਾਂ ਲਈ ਬੇਨਤੀਆਂ, ਪ੍ਰਾਰਥਨਾਵਾਂ, ਅਤੇ ਧੰਨਵਾਦ ਕੀਤਾ ਜਾਵੇ।' 1 ਤਿਮੋਥਿਉਸ 2:1

❧

ਹਰ ਕਿਸੇ ਨੂੰ ਸਬਕ ਧਿਆਨ ਨਾਲ ਸਿੱਖਣ ਦਿਓ ਇਸ ਤਰ੍ਹਾਂ ਸਾਰੇ ਘਰਾਣੇ
ਦਾ ਭਲਾ ਹੋਵੇਗਾ।

www.ingramcontent.com/pod-product-compliance
Lightning Source LLC
Chambersburg PA
CBHW051650120626
46551CB00015B/2300
* 9 7 8 1 9 6 0 8 4 0 1 5 8 *